ചരിത്രഗാഥകൾ

charithragadhakal
poems
•
paleethra narayanan
•
first edition
april 2013
•
typesetting
grandprint art and aji
•
published
chintha publishers, thiruvananthapuram
•
printed
repro india ltd, mumbai
•
cover
vinodkumar c s
•
price

വിതരണം

ദേശാഭിമാനി ബുക്ക് ഹൗസ്

H O തിരുവനന്തപുരം–695 035
www.chinthapublishers.com
chinthapublishers@gmail.com

ബ്രാഞ്ചുകൾ

ഹെഡ്ഡാഫീസ് ബ്രാഞ്ച് കുന്നുകുഴി • ഓവർബ്രിഡ്ജ് തിരുവനന്തപുരം • കെ
എസ് ആർ ടി സി ബസ് സ്റ്റേഷൻ ആലപ്പുഴ • കെ എസ് ആർ ടി സി ബസ്
സ്റ്റേഷൻ എറണാകുളം • മച്ചിങ്ങൽ ലെയ്ൻ തൃശൂർ • ഐ ജി റോഡ് കോഴി
ക്കോട് • കെ എസ് ആർ ടി സി ബസ് സ്റ്റേഷൻ കോഴിക്കോട് • എൻ ജി ഒ
യൂണിയൻ ബിൽഡിങ് കണ്ണൂർ • സെൻട്രൽ ബസ് ടെർമിനൽ കോംപ്ലക്സ്
താവക്കര കണ്ണൂർ

CO - 1894 / 3190

ചരിത്രഗാഥകൾ

കവിതകൾ

പാലീത്ര നാരായണൻ

ചിന്ത പബ്ലിഷേഴ്സ്
തിരുവനന്തപുരം-695 035

പാലീത്ര നാരായണൻ

1936 ഫെബ്രുവരി 17 ന് കുമരകം ഗ്രാമത്തിൽ ഉണ്ണിര-ചിരുത ദമ്പതികളുടെ മകനായി ജനനം. വിദ്യാഭ്യാസം കുമരകം ഗവ. ഹൈസ്കൂൾ, ചങ്ങനാശേരി എൻ എസ് എസ് കോളേജ് എന്നിവിടങ്ങളിൽ. 1958 ൽ സർക്കാർ സർവീസിൽ പ്രവേ ശിച്ചു, നീതിന്യായ വകുപ്പിൽ. 1963 ൽ കേരള എൻ ജി ഒ യൂണിയൻ സംസ്ഥാനകൗൺസിൽ അംഗം. 1970 ൽ ദേശാ ഭിമാനി സ്റ്റഡിസർക്കിൾ സംസ്ഥാനകമ്മിറ്റി അംഗം, കോട്ടയം ജില്ല സെക്രട്ടറി. 1980 ൽ പുരോഗമന കലാ സാഹിത്യസംഘം സംസ്ഥാനകമ്മിറ്റി അംഗം, കോട്ടയം ജില്ല സെക്രട്ടറി. 1990 ൽ സർവീസിൽനിന്നും രാജിവച്ച് കോട്ടയം ജില്ല കൗൺസിൽ തിരഞ്ഞെടുപ്പിൽ സി പി ഐ (എം) സ്ഥാനാർഥിയായി മത്സരിച്ച് വിജയിച്ചു. വികസന സ്റ്റാൻഡിങ് കമ്മിറ്റി ചെയർമാൻ, പട്ടികജാതി വികസന പ്രോജക്റ്റ് വിദഗ്ധസമിതി ചെയർമാൻ എന്നീ ചുമതലകൾ വഹിച്ചു. 1995 ൽ നാട്ടകം ഗ്രാമപഞ്ചായത്ത് വികസന സമി തിയുടെ ആദ്യത്തെ ചെയർമാൻ. 1999 മുതൽ പത്തുവർഷം കോട്ടയം ജില്ല ലൈബ്രറി കൗൺസിൽ അംഗം, ജില്ല സെക്ര ട്ടറി. 2010 ൽ വിരമിച്ചു.

2012 ഏപ്രിൽ 15 ന് അന്തരിച്ചു.

ഭാര്യ   : എം ആർ പാറുക്കുട്ടി
മക്കൾ   : പി എൻ പ്രദീപ്, പ്രിയ, സ്മിത
വിലാസം   : പാലീത്ര
              മൂലവട്ടം പി ഒ
              കോട്ടയം -686 012

ഉള്ളടക്കം

പ്രസാധകക്കുറിപ്പ്

പാലീത്ര നാരായണൻ എന്നത് കഴിഞ്ഞ ഏതാനും പതിറ്റാണ്ടു കളായി കേരളത്തിന് സുപരിചിതമായ പേരാണ്. തികഞ്ഞ കമ്യൂണിസ്റ്റും സമ്പൂർണ സാംസ്കാരിക പ്രവർത്തകനുമായിരുന്നു അദ്ദേഹം. ഒരു രാഷ്ട്രീയപ്രവർത്തകനെന്ന നിലയിൽ തന്റെ ലക്ഷ്യത്തിലേക്കുള്ള പ്രയാ ണത്തിൽ നടത്തിയ സർഗപ്രയത്നങ്ങളാണ് *ചരിത്രഗാഥകളായി* രൂപമെ ടുക്കുന്നത്. നിറഞ്ഞുതുളുമ്പുന്ന കാവ്യബോധവും പുരോഗമന സാമൂ ഹ്യവീക്ഷണവും ഒത്തുചേർന്ന അതുല്യസൃഷ്ടികളാണ് പലതും. ചിലവ അതതു കാലത്തെ പ്രവർത്തനങ്ങൾക്കായി രൂപപ്പെടുത്തിയതും.

സർവ കലാരൂപങ്ങളെക്കുറിച്ചും രചയിതാവിനുള്ള അറിവ് ഈ രച നകളിൽ ദർശിക്കാം. അത്തരം കലാരൂപങ്ങൾ എങ്ങനെ ജനകീയ സമ രങ്ങൾക്ക് ഉപയോഗപ്പെടുത്താം എന്നത് നവകാലത്തെ സാംസ്കാരിക പ്രവർത്തകർക്ക് ഓർമിക്കാൻകൂടി ഈ പുസ്തകം അവസരം തരുന്നു. ഗ്രന്ഥകർത്താവിന്റെ ലഭ്യമായ എല്ലാ രചനകളും ഇതിൽ ഉൾപ്പെടുത്താൻ ശ്രമിച്ചിട്ടുണ്ട്. ഇതിലൊക്കെ എത്രയോ കൂടുതൽ അദ്ദേഹം എഴുതി!

ദുരിതക്കയത്തിൽനിന്ന് ബഹുമുഖ പ്രതിഭയായി വളർന്ന് നമ്മെ നയിച്ച പാലീത്ര നാരായണന്റെ ഈ രചനകൾ സവിനയം വായന ക്കാർക്ക് സമർപ്പിക്കുന്നു.

ചിന്ത പബ്ലിഷേഴ്സ്

സമർപ്പണം

പ്രിയ സഹോദരൻ
പി രാഘവന്

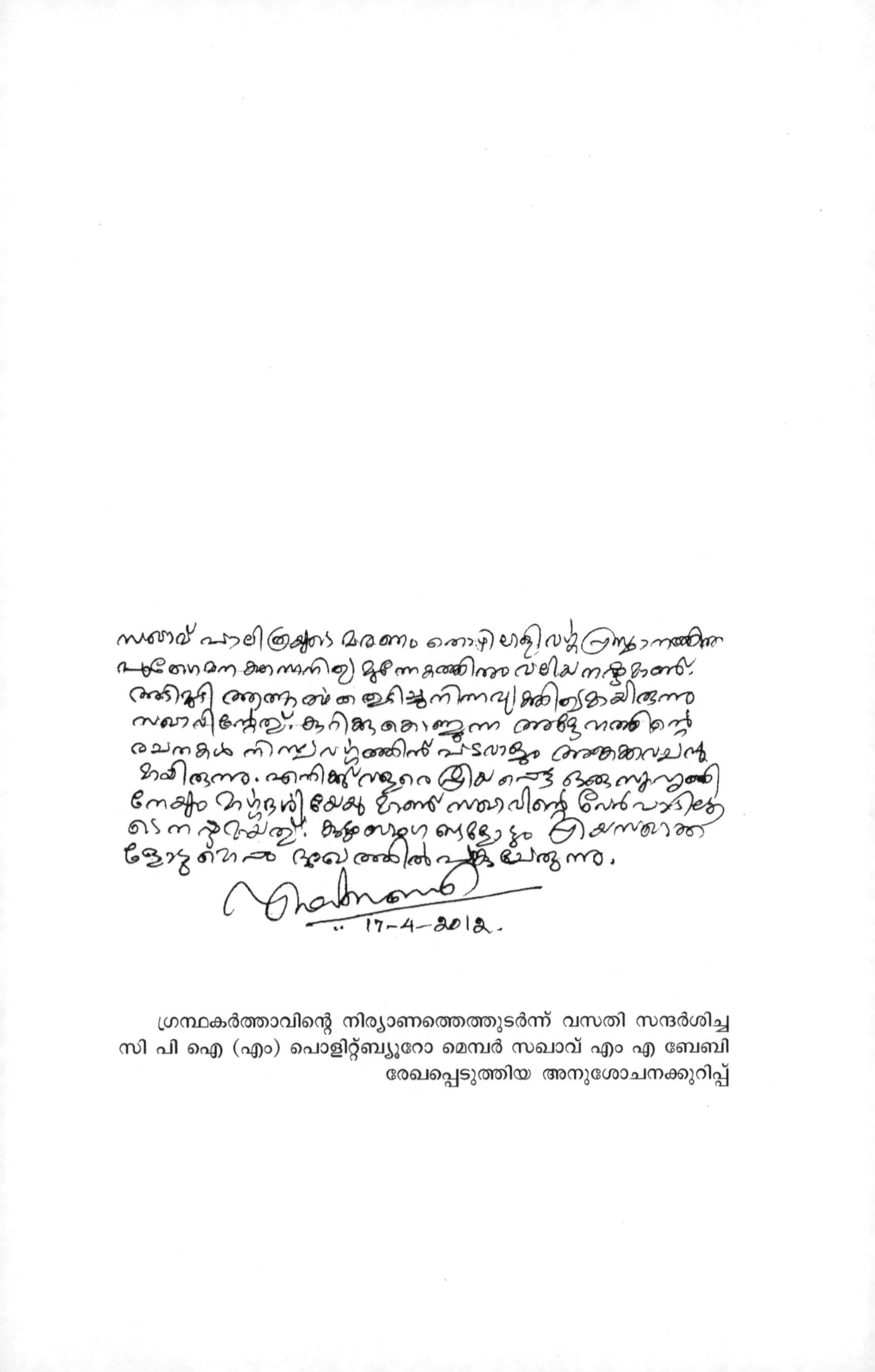

17-4-2012.

ഗ്രന്ഥകർത്താവിന്റെ നിര്യാണത്തെത്തുടർന്ന് വസതി സന്ദർശിച്ച
സി പി ഐ (എം) പൊളിറ്റ്ബ്യൂറോ മെമ്പർ സഖാവ് എം എ ബേബി
രേഖപ്പെടുത്തിയ അനുശോചനക്കുറിപ്പ്

ചരിത്രസത്യങ്ങളുടെ കാവ്യദീപ്തി

പ്രൊഫ. എരുമേലി പരമേശ്വരൻപിള്ള

മലയാളസാഹിത്യത്തിലെ ചുവന്ന ദശകം എന്നു വിശേഷിപ്പിക്കുന്ന കാലത്ത്—പുരോഗമന സാഹിത്യം ശക്തിയാർജിച്ചുകൊണ്ടിരുന്ന കാലം—ഉയർന്നുവന്ന അതിപ്രധാനമായ ഒരു ചോദ്യം ഇതായിരുന്നു: കല കലയ്ക്കുവേണ്ടിയോ അതോ ജീവിതത്തിനുവേണ്ടിയോ? വിശദവും വ്യാപകവുമായ അർഥത്തിൽ കല ഇവിടെ സാഹിത്യം തന്നെ. അപ്പോൾ, എന്താണ് സാഹിത്യം, അതെന്തിനുവേണ്ടി? ഈ ആലോചനയിലേക്കു നയിക്കുന്ന ചോദ്യമാണിത്. പുരോഗമന സാഹിത്യപ്രസ്ഥാനത്തിന്റെ സാഹിത്യ ദർശനത്തെ രൂക്ഷമായി വിമർശിച്ച കുട്ടികൃഷ്ണമാരാരാണ് കല കലയ്ക്കുവേണ്ടി എന്ന സിദ്ധാന്തം അവതരിപ്പിച്ചത്. ദണ്ഡി, ഭാമ നൻ, വിശ്വനാഥൻ തുടങ്ങിയ ഭാരതീയ കാവ്യമീമാംസകരുടെ ആശയ ങ്ങളെ പിൻതുടർന്നാണ് മാരാർ കലയെ — സാഹിത്യത്തെ — ആസ്വാദ നതലത്തിലേക്കു ചുരുക്കിയത്. പക്ഷേ, അവസാനം അദ്ദേഹം എഴുതി: കല ജീവിതം തന്നെ. കല ജീവിതം തന്നെ എന്ന് വിശദമാക്കുമ്പോൾ സാഹിത്യകല ജീവിതത്തിൽനിന്ന് ഉറവെടുക്കുന്നു എന്ന ആശയത്തിൽ പ്രാമുഖ്യം കൈവരുന്നു. കല ജീവിതത്തിനുവേണ്ടി എന്നു പറയുമ്പോൾ ജീവിക്കുന്ന തൊഴിലായി കലയ്ക്ക് — സാഹിത്യത്തിന് — അർഥം നൽകരുത്. സാമൂഹിക-സാംസ്കാരിക പുരോഗതിക്കായുള്ള സർഗപ്ര ക്രിയയാണിത്. പാശ്ചാത്യ-പൗരസ്ത്യ കാവ്യ സിദ്ധാന്തങ്ങളെ അപഗ്ര ഥിച്ച് താരതമ്യപ്പെടുത്തി മാരാരുടെ ആശയത്തെ മുണ്ടശ്ശേരി നിഷേധി ക്കുകയുണ്ടായി.

മനുഷ്യജീവിതമാണ് സാഹിത്യത്തിന്റെ ഉറവിടമെങ്കിൽ ആ ജീവി തത്തിൽ എന്തെങ്കിലും ഘടകങ്ങൾ ഉൾക്കൊണ്ടിരിക്കും? ഇവിടെ യാഥാ സ്ഥിതിക സാഹിത്യവും പുരോഗമന സാഹിത്യവും രണ്ടു തലങ്ങളിലാണ് നിലയുറപ്പിക്കുന്നത്. യാഥാസ്ഥിതിക സങ്കൽപ്പത്തിൽ സാഹിത്യം

ഒരുൽവിളിയോ കേവലമായ ആസ്വാദനോപാധിയോ ആകുന്നു. മേലാള വരേണ്യവർഗത്തിന്റെ മാനസികോല്ലാസത്തിനുള്ള വിഭവങ്ങളാകും അതി ലുണ്ടാവുക. സാമൂഹിക വിമർശനവും രാഷ്ട്രീയമായ വിമർശനവും സാഹിത്യത്തിന് അന്യം. മനുഷ്യജീവിതവുമായി ബന്ധപ്പെട്ട ഒരു വിഷ യവും സാഹിത്യത്തിന് അന്യമല്ല എന്ന കാഴ്ചപ്പാടാണ് പുരോഗ മനസാഹിത്യ പ്രസ്ഥാനത്തിനുള്ളതും. ആ നിലയിൽ രാഷ്ട്രീയം സാഹി ത്യത്തിന്റെ വിഷയമാകണം. ജനാധിപത്യ സംവിധാനത്തിൽ പ്രത്യേ കിച്ചും യാഥാസ്ഥിതിക ബൂർഷ്വാ സാഹിത്യത്തിൽ രാജാക്കന്മാരും പ്രഭു ക്കന്മാരും ജന്മിമാരുമായിരുന്നു മുഖ്യകഥാപാത്രങ്ങൾ. തൊഴിലാളിക ളെയും കീഴാളരെയും അടിയാളരെയും അവരുടെ ജീവിതത്തെയും സാഹിത്യത്തിൽനിന്നു പുറന്തള്ളിയിരുന്നു. പ്രാന്തവൽക്കരിച്ച ഈ വിഭാ ഗമാണ്, അവരുടെ അധ്വാനമാണ് സമൂഹപുരോഗതിയുടെ അടിസ്ഥാന മെന്ന യാഥാർഥ്യം അവർ വിസ്മരിക്കുക മാത്രമല്ല, നിഷേധിക്കുകയും ചെയ്തു. തൊഴിലാളിവർഗ സൗന്ദര്യശാസ്ത്രത്തിലും അവരുടെ അധ്വാ നത്തിലും അധിഷ്ഠിതമായ മാർക്സിസ്റ്റ് സാഹിത്യവീക്ഷണമാണ് പുരോ ഗമനസാഹിത്യ പ്രസ്ഥാനം ഉയർത്തിക്കാണിക്കുന്നതും പിന്തുടരുന്നതും. ഇവിടെയാണ് വർഗസമര സിദ്ധാന്തത്തിന്റെ പ്രസക്തി സാഹിത്യത്തിൽ ദൃശ്യമാകുന്നത്. സാമൂഹികശാസ്ത്രപരമായ നിരീക്ഷണത്തിൽ പണി യെടുക്കുന്ന കീഴാളവർഗത്തിന്റെ കൂട്ടായ അധ്വാനത്തിൽ നിന്നാണ് ഏതു കലയും രൂപപ്പെടുന്നതും. കവിതയുടെ, സാഹിത്യത്തിന്റെ–ആദിരൂപം നാടൻപാട്ടുകളും നാടൻകലകളുമാണല്ലോ. അധഃസ്ഥിത–കീഴാളവർഗ– ആദിവാസി കലകളും രാഷ്ട്രീയവും ഒഴിച്ചുനിർത്തിയാൽ ലോകസാ ഹിത്യം തീർത്തും ശുഷ്കമായിരിക്കും. പാശ്ചാത്യ–പൗരസ്ത്യ ഇതിഹാ സങ്ങളുടെ അന്തർധാര അന്നത്തെ ഭരണസംവിധാനവും അതിനെ ആധാരമാക്കിയ പ്രശ്നങ്ങളുമാണ്. *വാല്മീകി രാമായണവും മഹാഭാര തവും ശാകുന്തളവും രഘുവംശവും ഇലിയഡും ഒഡീസിയും മറ്റും* പ്രധാന തെളിവുകൾ.

ഈ ആശയങ്ങൾ തെളിമയോടെ മനസിൽ പതിഞ്ഞ കാവ്യ വ്യക്തി ത്വമാണ് പാലീത്ര നാരായണനുള്ളത്. പുരോഗമനസാഹിത്യ പ്രസ്ഥാന ത്തിന്റെ കലാ–സാഹിത്യ വീക്ഷണം അദ്ദേഹത്തിന്റെ സർഗപ്രക്രിയക്ക് വഴിവിളക്കായി. പുരോഗമന സാഹിത്യസംഘടനയുടെ ശൈഥില്യത്തിനു ശേഷം അതിന്റെ പിൻമുറ സാഹിത്യ–സാംസ്കാരിക സംഘടനകളായ ദേശാഭിമാനി സ്റ്റഡിസർക്കിളിന്റെയും പുരോഗമനകലാ സാഹിത്യസംഘ ത്തിന്റെയും മുൻനിരപ്രവർത്തകനായിരുന്നു പാലീത്ര. തന്നെയുമല്ല ജന്മ സിദ്ധമായ കലാ–സാഹിത്യ അഭിരുചികളും വിദ്യാലയ പഠനകാലത്ത് തുടങ്ങിയ വായനാശീലവും കമ്യൂണിസ്റ്റുപാർട്ടിയിൽനിന്ന് ഉൾക്കൊണ്ട രാഷ്ട്രീയ ബോധവും സംഘടനാ പ്രവർത്തനങ്ങളിൽനിന്നു ലഭിച്ച അനു ഭവപാഠങ്ങളും പാലീത്രയ്ക്ക് കലാ–സാഹിത്യപ്രവർത്തനങ്ങൾക്ക് പ്രേര കമായി. അങ്ങനെ പാലീത്രയുടെ സാഹിത്യപ്രവർത്തനങ്ങൾ അർഥ

വത്തും സമകാലജീവിതത്തിന്റെ നേർചിത്രവുമായിത്തീർന്നു. തദ്ദേശ
ത്തിന്റെ, സർഗജീവിതത്തിന്റെ ആന്തരിക പ്രകാശമാണ് കവിത. സമൂഹം
എന്തെന്ന തിരിച്ചറിവും സൂക്ഷ്മമായ രാഷ്ട്രീയബോധവും ഉള്ള ഒരു
കവി കാലവുമായി ബന്ധപ്പെട്ടിരിക്കുന്ന ജീവിത ചലനങ്ങൾ എങ്ങനെ
ഉൾക്കൊള്ളുന്നു എന്നതിന് നിദർശനമാണ് *ചരിത്രഗാഥകൾ* എന്ന സമാ
ഹാരത്തിലെ മുപ്പത് കവിതകളും നവകേരളചരിതം കഥകളിയും.

ആധുനിക കേരളത്തിന്റെ ശിൽപ്പികളിൽ ഏറ്റവും പ്രമുഖനായ
ഇ എം എസിന്റെ ഉന്നതമായ രാഷ്ട്രീയ വ്യക്തിത്വത്തിലേക്ക് വെളിച്ചം
വീശുന്ന കവിതയാണ് *ഇ എം എസ്.*

പുരുഷാന്തരങ്ങളുടെ പുണ്യങ്ങളൊക്കെയും
പുരുഷരൂപം പൂണ്ട വിപ്ലവോജ്ജസ്സിനെ
അറിയുമോ നിങ്ങളീ നിസ്വഹൃദയങ്ങൾ
നിറയുന്നൊരനവദ്യ നിധിയാം മനസിനെ

എന്നിങ്ങനെയാണ് ഇ എം എസിനെ വിശേഷിപ്പിക്കുന്നത്. ഈ മഹാ
പുരുഷനെ അറിയില്ലെങ്കിൽ ചരിത്രം നടക്കുന്ന വഴികൾക്കു മുന്നിലെ
കാഴ്ചപ്പാട് നോക്കുവിൻ എന്നെഴുതുമ്പോൾ ഒരു കാലഘട്ടത്തിലെ വിപ്ല
വചരിത്രം ഒന്നാകെ വിടരുന്നു.

നാളെയുടെ നന്മ പൂക്കും
നാളുകളെ നേടുവാനായ്
നാളീകലോചനമാരേ
പോരുമോ നിങ്ങൾ

ഇപ്രകാരം സൗകുമാര്യം തുളുമ്പിനിൽക്കുന്ന യുവതികളെ നന്മപൂക്കുന്ന
നാളയെ നേടാൻ ക്ഷണിക്കുമ്പോൾ അതിൽ അന്തർഭവിച്ചിട്ടുള്ളത് വരാ
നിരിക്കുന്ന നാളയെക്കുറിച്ചുള്ള സങ്കൽപ്പം മാത്രമല്ല; സ്ത്രീത്വത്തോടുള്ള
ബഹുമാനം കൂടിയാണ്. ലൗകിക ജീവിതത്തിന്റെ സുഖസമൃദ്ധിയിൽ
മനസുറപ്പിക്കാതെ അരിവാളേന്തി കാർത്തികപ്പൊൻമണിക്കതിർ കൊയ്ത്
വേർപ്പുമുത്തണിക്കളത്തിൽ മെതിച്ചുകൂട്ടാൻ അവരെ ക്ഷണിക്കുന്നു.
അധ്വാനികളായ പെൺകിടാങ്ങളുടെ മണ്ണും ശ്വസിച്ചുള്ള ജൈവബന്ധം
കാർഷിക സംസ്കാരത്തിന്റെ ചരിത്രസത്യമാണെന്ന് വിളിച്ചറിയിക്കുക
യാണിവിടെ. മണ്ണും മനുഷ്യനും അധ്വാനവും പാലീത്രയുടെ കാവ്യമന
സിന്റെ ശക്തികേന്ദ്രങ്ങളാണ്. അവ മണ്ണിന്റെ മക്കളുടെ ജീവസ്പന്ദന
ങ്ങളായി നാടൻ വായ്ത്താരികളുടെ വാർത്തവീഴുമ്പോൾ ഉണ്ടാകുന്ന
ഭാവസൗകുമാര്യം അഭിനന്ദനീയമാകുന്നു. 'ഞങ്ങളിവിടുണ്ട്', 'കൊയ്ത്തു
പാട്ട്' ഇവ വായിക്കുക. നല്ല മണ്ണിന്റെ ആരോമലുണ്ണിക്കിടാങ്ങളിവിടു
ണ്ടെന്ന് വിളിച്ചറിയിക്കുമ്പോൾ ആത്മാഭിമാനത്തിന്റെ ശംഖധനിയാണ്
മുഴങ്ങുന്നതും. ജാതി, മത, ചിന്തകൾക്കതീതമായി മാനവികതയുടെ വിശു
ദ്ധാന്തരീക്ഷത്തിൽ മനുഷ്യനെ കാണാനുള്ള അദമ്യമായ ആഗ്രഹമാണ്
പാലീത്രയ്ക്കുള്ളത്. ശ്രീനാരായണ ഗുരുവിന്റെ സാമൂഹിക ദർശനം
ഇതിനു വഴികാണിക്കുന്നു.

ഒരു ജാതി ഒരു മതം ഒരു ദൈവമെന്നെഴുതിയ
ഗുരുവാക്യമിന്നിതൊരു യുഗമുദ്രാവാക്യം
നിഗമാഗമങ്ങളിൽ കതിരിട്ട ചിന്തയുടെ
നിറകാന്തി ചിന്തുന്ന വാക്യം

എന്ന കവിവാക്യം കാലത്തിന്റെ സന്ദേശമാണ്. മനുഷ്യർ ചെറുകവിത
യിൽ മനുഷ്യസമൂഹത്തിന്റെ ക്രമാനുഗതമായ വളർച്ച ചരിത്രബോധ
ത്തോടെ ചിത്രീകരിക്കുന്നു. നാടൻപാട്ടിന്റെ അനവദ്യ സൗകുമാര്യം
പകർന്നുതരുന്ന *മാനം ചൊവക്കണ്*; ഇക്കണ്ട കാലമെല്ലാമൊരേ മൂല്യ
സത്യത്തിൽ നിന്നുഭവിച്ചു എന്ന വേദാന്ത ചിന്ത ഉൾക്കൊണ്ട *ഒന്നേ
ഒന്നാണേ*; സംഘബോധത്തിന്റെ പ്രാധാന്യം അറിയിക്കുന്ന *സംഘയാ
ത്രികർ*; പാരുമീവാനവുമേകമാം ബിന്ദുവിൽ ചേരുന്നതായി അറിയുന്ന
ഭാരതീയ തത്വചിന്തയുടെ അന്തഃസത്ത വിളംബരം ചെയ്യുന്ന *സത്യമോ
മിഥ്യയോ* എന്നീ കവിതകൾ കവിയുടെ വൈവിധ്യമാർന്ന കാവ്യചിന്ത
യുടെ ബഹിർസ്ഫുരണങ്ങളാണ്. അധികാരവർഗത്തിന്റെ ദുർനയ
ങ്ങൾക്കെതിരെ ബഹുജന മനഃസാക്ഷി ഉണർത്താനുള്ള സമര
മാണ് *മനുഷ്യക്കോട്ട*. സംഘടിത ശക്തിയുടെയും പോരാട്ടത്തിന്റെയും
അജയ്യത വിളിച്ചറിയിക്കുന്ന മനുഷ്യക്കോട്ട കവിതയിലൂടെ അവകാശ
സമരങ്ങളുടെ അടയാളമാക്കി പാലീത്ര.

സമകാല രാഷ്ട്രീയ സമസ്യകൾ കവിതയുടെ വിഷയമാക്കുമ്പോൾ
പാലീത്രയുടെ കാവ്യമനസ്സ് രാഷ്ട്രീയ പ്രബുദ്ധതകൊണ്ടും ധാർമികചി
ന്തകൊണ്ടും നിറയുന്നു. സംഘടനാപ്രവർത്തകൻ എന്ന നിലയിൽ എൻ
ജി ഒ യൂണിയന്റെ വളർച്ചയ്ക്ക് അദ്ദേഹം നൽകിയ സംഭാവന സംഘട
നയുടെ ചരിത്രത്തിലെ പ്രധാനഭാഗമാണ്. ഈ രംഗങ്ങളുള്ള പാലീത്ര
യുടെ ആത്മനിവേദനമാണ് *എൻ ജി ഒ യൂണിയൻ ചരിത്രഗാഥ*. നിർണാ
യകമായ ഒരു കാലഘട്ടത്തിൽ ഈ സംഘടന കടന്നുവന്ന വഴിയിലെ
മണ്ണും മലരും സംഘടന തർപ്പണം ചെയ്ത ചോരയുടെയും വിയർപ്പിന്റെ
യും ത്യാഗോജ്വലമായ കഥയാണ് ഈ കവിതയുടെ ഉള്ളടക്കം. നമ്മുടെ
ഭരണനിർവഹണത്തിലെ അടിസ്ഥാനഘടകമാണ് എൻ ജി ഒ മാർ.
പക്ഷേ, അവരനുഭവിച്ച ജീവിത ദുരിതങ്ങൾ എണ്ണിയാൽ ഒടുങ്ങാത്തവ
യാണ്. ഒരുകാലത്ത് 40– 120 സ്കെയിൽ ശമ്പളം ഉള്ളവർ എന്നു പറ
ഞ്ഞാൽ പുച്ഛമായിരുന്നു. അവർ എൻ ജി ഒ മാരാണ്. ഭരണനേതാക്കന്മാ
രുടെ ദൃഷ്ടിയിൽ അവർ ഉദ്യോഗഘടനയിലെ കീഴാളരാണ്. പൊതുസ
മൂഹത്തിലെ കീഴാളരോട് അനുവർത്തിച്ച സമീപനമാണ് ഉപരിതലമുറ
ഉദ്യോഗസ്ഥ വർഗവും ആദ്യകാല കോൺഗ്രസ് ഭരണകൂടവും ഇവരോടും
സ്വീകരിച്ചിരിക്കുന്നത്. അതിനെതിരെ ഉയർന്നുവന്ന അവകാശപ്പോരാട്ട
ങ്ങളെ മർദനമുറകൾ ഉപയോഗിച്ച് അടിച്ചമർത്താൻ ഭരണകൂടം തയാ
റായി. എന്നാൽ എൻ ജി ഒ മാരുടെ വീറും കർത്തവ്യനിഷ്ഠയും ത്യാഗോ
ജ്വലമായ സമരങ്ങളും സർക്കാരിന്റെ ദുർനയങ്ങളെ അതിജീവിച്ച് മുന്നേറി
അവകാശങ്ങൾ നേടിയെടുത്തു. ഇതിനിടയിൽ എൻ ജി ഒ മാരിൽ ഒരു

വിഭാഗം നിഷ്ക്രിയരും അലസരും സംഘടനാ വിരുദ്ധരും ആയി പ്ര വർത്തിച്ചുവന്നതും വിസ്മരിക്കാനാവില്ല. എൻ ജി ഒ മാരോടുള്ള പട്ടംതാണുപിള്ളയുടെ ക്രൂരമായ അവഹേളനവും അവരുടെ അവകാശ സമരങ്ങൾ കുഴിച്ചുമൂടാനായി അച്യുതമേനോൻ കൊണ്ടുവന്ന ഡയസ്നോണും എൻ ജി ഒ മാരുടെ സംഘടനാ ചരിത്രത്തിലെ കറു ത്തിരുണ്ട അധ്യായങ്ങളാണ്. ഉദ്യോഗതലത്തിൽ അടിമപ്പണി ചെയ്തു പോരുന്ന എൻ ജി ഒ മാർ പോരാട്ടങ്ങളിലൂടെ എങ്ങനെ അവരുടെ ജീവി താവകാശങ്ങൾ നേടിയെടുത്തെന്നും സ്വാതന്ത്ര്യവും ആത്മാഭിമാനവും ഉയർത്തിക്കാണിച്ചെന്നും പാലീത്ര ചരിത്രവസ്തുതകളെ സാക്ഷി നിറുത്തി ഈ കവിതയിൽ അവതരിപ്പിക്കുന്നു. വസ്തുതകൾ യാഥാസ്ഥി തികമായി അവതരിപ്പിക്കുമ്പോൾ കയറിവരുന്ന ഉപഹാസങ്ങൾ കവിത യുടെ ഹൃദ്യത വർധിപ്പിക്കുന്നു. ഇതിൽ കവിതാ രീതിയിൽ എഴുതിയ ഈ കവിത കുഞ്ചൻ നമ്പ്യാർ വീണ്ടും അവതരിപ്പിച്ച് കാവ്യാനുഭവം സൃഷ്ടിക്കുന്നു.

> ഉദ്യോഗസ്ഥകളെന്നഭിമാനി–
> ച്ചുസ്ത്രധതത ഗർവിൽ നടപ്പുമെടുപ്പ്
> ധിക്കാരത്തൊടു വാക്കും നോക്കുമി–
> തൊക്കെയുമുള്ള ചെറുപ്പക്കാരികൾ
> സർക്കാറിന്റെ പണിക്കാരികളായ്
> ഇപ്പോഴും ചിലതുണ്ടവറിയുകയി–
> ല്ലഗ്നിപരീക്ഷകളെത്ര കഴിച്ചാ–
> ണെത്തിയതിവിടെയ്ക്കെന്ന ചരിത്രം.

ഈ വരികൾ അർഥപൂർണവും സർക്കാർ ജീവനക്കാർക്കുണ്ടാകേണ്ട സാമൂഹിക വീക്ഷണത്തിന്റെ സൂചനയുമാണ്.

> മാടമ്പിമാരും പ്രമാണി വർഗങ്ങളും
> നാടുവാണിടുന്ന കാലമെന്നോർക്കണം
> വഞ്ചീശമംഗളം ചൊല്ലിയും ചൊല്ലിച്ചു
> മെഞ്ചിയോ മറന്നു മഞ്ചൻ ചുമന്നവർ

അന്ന് സർ. സി പിയുടെ സേവകരായും ദാസന്മാരായും കൂടെക്കൂടി കഴി ഞ്ഞവർ എങ്ങനെ നല്ലവരായി വളർന്നു എന്ന് ചരിത്രസംഭവങ്ങൾ നിരത്തി പാലീത്ര വ്യക്തമാക്കുന്നു. ഐ എ എസ് മേൽവർഗത്തിന്റെ ധാർഷ്ട്യവും താൻപോരിമയും തുറന്നുകാട്ടാനും കവി മടിക്കുന്നില്ല.

> നാടുവാഴിത്ത ഭരണക്രമത്തിന്റെ
> മൂടുതാങ്ങിക്കൊണ്ടു നിന്നവരെങ്കിലും
> നാടിന്റെ നാനാ ചലനങ്ങൾകൊണ്ട്
> നാനാ ജനങ്ങളോടൊത്തു മുന്നേറുന്ന
> യൂണിയൻ; യൂണിയൻ; എൻ ജി ഒ യൂണിയൻ
> പ്രാണനെപ്പോലവേ ജീവനക്കാരുടെ
> ജീവൻ തുടിക്കുന്ന പ്രസ്ഥാനമെന്നു

കണ്ടാണത്തമുള്ളോരണിചേർന്നിതൊക്കെയും
എന്നിങ്ങനെയുള്ള ആത്മാഭിമാന ദ്യോതകമായ വരികൾ കവിതയ്ക്ക്
ഊർജം നൽകുന്നു.

എൻ ജി ഒ മാരുടെ കദനകഥ വിവരിക്കുന്ന കൂട്ടത്തിൽ മുഖ്യമന്ത്രി
യായിരുന്ന ആന്റണിയുടെ ആദർശക്കുപ്പായവും പുണ്യാളപരിവേഷവും
ചീന്തിയെറിയാൻ പാലീത്ര മടികാണിച്ചില്ല. ആദർശപ്പെരുമാളിന്റെ കപ
ട മുഖംമൂടിയും പലതിവിടെയഴിഞ്ഞു എന്നാണ് കവിവാക്യം. എൻ ജി
ഒ മാർ മുറിച്ചുകടന്ന അഗ്നിപരീക്ഷകളും അവരുടെ ആത്മദുഃഖങ്ങളും
യാഥാസ്ഥിതികമായി ചിത്രീകരിച്ച മറ്റൊരു കവിത മലയാളത്തിൽ ഉണ്ടാ
യിട്ടില്ല. അവിടെയും അവസാനിക്കുന്നില്ല. കരുണാകരൻ മുഖ്യമന്ത്രിയാ
യിരുന്നപ്പോഴാണ് എൻ ജി ഒ മാരുടെ അവകാശപ്പോരാട്ടങ്ങളെ ചോര
യിൽ മുക്കിക്കൊല്ലാൻ ശ്രമിച്ചത്. നോക്കുക: എൻ ജി ഒ മാരെ കവി
ഓർമിപ്പിക്കുന്നു.

അവധിക്കാശു തരില്ലെന്നോതി
ട്ടടിയും തൊഴിയുമറസ്റ്റും ജയിലും
എൻ ജി ഒ യുടെ നെഞ്ചുപിളർക്കാൻ
തഞ്ചം നോക്കിയ കാർക്കോടകനെ
ഓർക്കുന്തോറും ഓക്കാനം വരും

എന്നുപറയുന്നത് സത്യംമാത്രം. മുഴുവൻ എൻ ജി ഒ മാരുടെയും അനു
മോദനത്തിന്റെ പ്രതികരണമാണിത്.

1987 ലെ പൊതുതിരഞ്ഞെടുപ്പ്. ഇടതുപക്ഷത്തിന്റെ തിരഞ്ഞെടുപ്പ്
പ്രചാരണം സംബന്ധിച്ച കലാ-സാംസ്കാരിക പരിപാടികളുടെ ചുമതല
പ്രധാനമായും പുരോഗമന കലാസാഹിത്യ സംഘത്തിനായിരുന്നു. അതി
നായി രാഷ്ട്രീയ ഗാനങ്ങളുടെ ഒരു കാസറ്റ് തയാറാക്കാൻ തീരുമാനി
ച്ചു. കോട്ടയം കേന്ദ്രമാക്കിയായിരുന്നു പ്രവർത്തനം. അന്ന് പുരോഗമന
കലാസാഹിത്യസംഘം ജനറൽ സെക്രട്ടറിയായിരുന്ന ഞാൻ നിരന്തരം
പാലീത്രയുമായി ബന്ധപ്പെട്ടുകൊണ്ടിരുന്നു. പാട്ടു റെക്കാർഡ് ചെയ്യാ
നുള്ള കാസറ്റ് (അന്ന് സി ഡി വന്നിട്ടില്ല) തയാറാക്കാനും ഇന്നുള്ള സാങ്കേ
തിക സൗകര്യം അന്നില്ലായിരുന്നു. അതിന് മദ്രാസിനു പോകണം.
എങ്കിലും കോട്ടയത്തു കിട്ടാവുന്ന സൗകര്യം പരമാവധി ഉപയോഗിച്ച്
റെക്കാർഡിങ് നടത്താൻ തീരുമാനിച്ചു. പാലീത്രയെ ചുമതല ഏൽപ്പി
ച്ചു. പിരപ്പൻകോട് മുരളി, ഏഴാച്ചേരി, ഇയ്യങ്കോട്, ശ്രീരേഖ, എം എൻ
കുറുപ്പ്, കുഞ്ഞപ്പ പട്ടാന്നൂർ തുടങ്ങിയ കവികളിൽ നിന്ന് പാട്ടുകൾ എഴു
തി വാങ്ങി. പാലീത്രയും പാട്ടെഴുതി. കുമരകം ബോസായിരുന്നു സംഗീ
തസംവിധായകൻ. എല്ലാ പ്രവർത്തനങ്ങളുടെയും സഹായിയായി ഡോ.
മംഗലവും ഉണ്ടായിരുന്നു. സ്റ്റുഡിയോയിൽ റിക്കാർഡിങ് പൂർത്തിയാ
കുന്നു. കാസറ്റിൽ കുറച്ചു സ്പേസ് ബാക്കിയുണ്ട്. ഒരു പാട്ടുകൂടി എഴു
തണമെന്ന് പാലീത്രയോട് പറഞ്ഞു. പാട്ടെഴുതി, വളരെവേഗം ബോസ്
പാട്ട് ട്യൂൺ ചെയ്തു. ശ്രീമന്ദിരം കെ പി യുടെ മകൾ രാജലക്ഷ്മിയെ

പഠിപ്പിച്ചു. റെക്കോർഡിങ് നടന്നു. എല്ലായ്പ്പോഴും ആവശ്യമായ പിന്നണി സംഗീതം ക്രമീകരിച്ചതും പാലീത്രയുടെ സഹായത്തോടെയാണ്. പാലീത്ര എഴുതി, രാജലക്ഷ്മി പാടിയ പാട്ടാണ് *തിരഞ്ഞെടുപ്പ് ജ്ഞാന പ്രാന* കാസറ്റിലെ ഏറ്റവും മികച്ച, ജനപ്രീതിനേടിയ പാട്ട്. കെ കരുണാ കരനും അദ്ദേഹത്തിന്റെ ഭരണവും ചെയ്തികളുമാണ് പ്രമേയം. തിര ഞ്ഞെടുപ്പ് കഴിയുന്നതുവരെ കേരളത്തിലങ്ങോളമിങ്ങോളം നിറഞ്ഞതും മുഴങ്ങിക്കേട്ട പാട്ടും ഇതായിരുന്നു. ജനങ്ങളിൽ ആവേശവും വൈകാരി കമായ ഉണർവും സൃഷ്ടിക്കുവാൻ പ്രേരകമായ ഈ പാട്ട് തിരഞ്ഞെടു പ്പിനെ വളരെയേറെ സ്വാധീനിക്കുകയുണ്ടായി. ചില ഭാഗങ്ങൾ.

> നാട്ടുകാരേ മനുഷ്യരായ് നിങ്ങളീ–
> നാട്ടിൽ നാളെയും ജീവിച്ചു പോരുവാൻ
> വോട്ടിനായുള്ള ചീട്ടുകിട്ടുന്നേരം
> ഓർക്കണം നമ്മൾ നാടിനെ വീടിനെ
> പദ്ധതികൾ പലതു പറഞ്ഞിവർ
> എത്രകാലമായ് കഷ്ടമീ നമ്മളെ
> ഇട്ടുവട്ടം കറക്കിപ്പൊരിക്കുന്നു
> മൂത്തതും യൂത്തുമയ്യോ ശിവശിവ!

> കൊണ്ടുകണ്ടേ നടക്കുന്ന പാർട്ടിയെ
> കണ്ടംതുണ്ടമായ് തീർക്കുന്നതും ഭവാൻ
> രണ്ടു നാലു ദിനങ്ങൾ കഴിയുമ്പോൾ
> വീണ്ടും കൂട്ടിയിണക്കുന്നതും ഭവാൻ
> മാളികമുകളേറിയ പിള്ളയ്ക്ക്
> മാനഹാനി വരുത്തിച്ചതും ഭവാൻ
> ഏതു പിള്ള? യെന്നോതീട്ടു പിന്നെയും
> തോളിലേറ്റി നടത്തുന്നതും ഭവാൻ

> പണ്ടേ നീയൊരു പാപമാം പയ്യനെ
> കൊണ്ടുപോയ് ചെയ്ത ചേട്ടകളൊക്കെയും
> കണ്ടത്തിൽ പത്രമുത്തശ്ശി പോലുമേ
> ചുണ്ടുകൂർപ്പിച്ചു കൊണ്ടു ചൊല്ലിലയോ

> ആദിയിൽ കരിങ്കാലിയായ് നാടിന്റെ
> വേദിയിൽ വന്ന നാൾതൊട്ടിതേവരേം
> നാവെടുത്താൽ നുണ പറഞ്ഞീടാത്ത
> നാളൊരെണ്ണവും ഇല്ലെന്നു നിർണയം

> ഗുരുപവന പുരേശന്റെ കോവിലിൽ
> തൊഴുതു കുമ്പിടാൻ ചെല്ലുന്ന നേരത്ത്
> തരുണിമാരുടെ താടനമേറ്റൊരു

പരമഭക്തനാം മുഖ്യനല്ലോ ഭവാൻ
അന്തമില്ലാതെ നീ ചെയ്ത ലീലകൾ
എന്തിനിങ്ങനെ ചൊല്ലുന്നു ഞാൻ വൃഥാ
ചന്തിയിൽ മുളച്ചാലുപൊന്തീടിലും
ഹന്ത നീ തണലാക്കുവോനല്ലയോ?

ഇതുപോലെ കെ കരുണാകരന്റെ രാഷ്ട്രീയ ഉപജാപങ്ങളും കുത
ന്ത്രങ്ങളുമാണ് *ഒരു ചാണക്യസൂത്രം* എന്ന വടക്കൻ പാട്ടു രീതിയിലുള്ള
കവിതയുടെ വിഷയം. ഓരോ ചെറിയ പാർട്ടികളെയും മത വർഗീയ ശക്തി
കളെയും പ്രീണിപ്പിച്ച് തന്നോടൊപ്പം നിറുത്തുവാനുള്ള കരുണാകരന്റെ
ചാണക്യസൂത്രം കേരള രാഷ്ട്രീയത്തെ പുരോഗതിയിലേക്കല്ല അധോ
ഗതിയിലേക്കാണ് നയിച്ചത്. ഏതു അവസരത്തിലും തന്റെ താൽപ്പര്യം
സംരക്ഷിക്കുന്നതിനുള്ള വഴികളാണ് കരുണാകരൻ കണ്ടെത്തിയത്. വട
ക്കൻ പാട്ടിന്റെ അതേ ചേലിൽ കേരള രാഷ്ട്രീയത്തിന്റെ ഒരു കാലഘട്ട
ത്തിന്റെ ചിത്രം അവതരിപ്പിക്കുകയാണ് പാലീത്ര. പൂങ്കോഴിച്ചാത്തന്റെ
കൂവൽപോലെ അന്തപ്പനുണ്ണി–ആന്റണി വിളികേട്ടുണരുന്ന ലീഡറുടെ
ദിനചര്യയാണ് ഈ കവിത. ഹൈക്കമാണ്ടിന്റെ കുറിപ്പു നീട്ടി കാലിക
രാഷ്ട്രീയ സംഭവങ്ങൾ വിവരിക്കുന്ന അന്തപ്പനോട് ലീഡർ,

പൊട്ടൻ നിനക്കെന്തെറിഞ്ഞിടാവൂ
കുട്ടിക്കരണം മറിഞ്ഞ നീയീ
കൂട്ടത്തിലെത്ര കുളം കലക്കി
വിഡ്ഢിത്തരങ്ങൾ വിളിച്ചുകൂവി
പാർട്ടിക്കകത്തെ വിഴുപ്പലക്കി
'ഐ' എന്നു ചൊല്ലിവളർത്തി നിന്നെ
'എ' എന്നു കേട്ടു നടന്നുനീയും

എന്നു പറയുന്നു. ഇതിൽ കവിഞ്ഞ പരിഹാസം ഇല്ലല്ലോ? എല്ലാവരെയും
അനുനയിപ്പിക്കാൻ ശ്രമിച്ചെങ്കിലും പരാജയഭീതി പൂണ്ട ലീഡർ ചോദി
ക്കുന്നു:

ഇനിയുള്ള കാലമീ കേരളത്തിൽ
ഇടതിന്റെ കൊടി തന്നെ പാറുമെന്നോ?

രാഷ്ട്രീയത്തിൽ ലീഡർ കരുണാകരനെയും, എ കെ ആന്റണിയേ
യുമാണ് പാലീത്ര കവിതയിലൂടെ ആക്രമിക്കുന്നത്. *തിരഞ്ഞെടുപ്പു ശര
ണമന്ത്രം* ഇങ്ങനെയാണ് അന്തപ്പനെ അവതരിപ്പിക്കുന്നത്.

ഇടയ്ക്കിടയ്ക്കാദർശം തികട്ടുന്നൊരന്തപ്പാ
വഴിതെറ്റി നടന്നൊട്ടു കുഴഞ്ഞപ്പോളൊടുക്കം
കയർ മെത്ത വിരിച്ചു സ്വീകരിച്ചില്ലയന്തപ്പാ
'ഐ' എന്നാൽ മലയാളം ഞാനെന്നാന്തപ്പാ

നാടൻ കലകളോടും കവിതയോടും എന്നതുപോലെ ക്ലാസിക് കല
കളോടും, പാലീത്രയ്ക്ക് മനസുതുറന്ന ആഭിമുഖ്യമുണ്ട്. കഥകളിയുടെ
കലാപരമായ ഘടനയിൽ വേണ്ടത്ര പരിജ്ഞാനവും പാലീത്രയ്ക്കുണ്ട്.

സാധാരണ ആസ്വാദകരിൽനിന്ന് അകന്നുനിൽക്കുന്ന കഥകളിയെ നെഞ്ചോടടുപ്പിച്ചുനിർത്തി അതിന്റെ കലാപരമായ വൈശിഷ്ട്യം ആസ്വ ദിക്കാൻ പാകമായ കലാഹൃദയമാണ് പാലീത്രയ്ക്കുള്ളതും. അമ്പലമു റ്റത്തും വരേണ്യവർഗം ഒരുക്കിയ വേദികളിലും മാത്രം നിറഞ്ഞാടിയ കഥകളിയെ സാധാരണ ജനങ്ങളിലേക്ക് കൂടി ഇറക്കി നിറുത്താൻ അദ്ദേഹം സന്നദ്ധനായി. കഥകളി വരേണ്യവർഗത്തിന്റെ വരുതിയിൽ നടന്ന പുരാണകഥകളുടെ ആവിഷ്കാരമായിരുന്നെങ്കിലും അന്നത്തെ ഭരണ സംവിധാനം കഥയിൽ അന്തർഭവിച്ചിരുന്നു. ഇന്നത്തേതിൽനിന്ന് വ്യത്യസ്തമായ തലത്തിലായിരുന്നുവെന്നുമാത്രം. ഈ ആശയങ്ങളായി രിക്കാം പാലീത്രയെ *നവകേരളചരിതം കഥകളി* രചിക്കാൻ പ്രേരിപ്പിച്ച തും. കഥകളിയുടെ രൂപഭാവ ഘടനയിലും കലാംശത്തിലും മാറ്റങ്ങൾ വരുത്താതെയാണ് കഥാവതരണം. കഥാവസ്തു സമകാലീന രാഷ്ട്രീ യമാണ്–അതിനോടൊപ്പം തികച്ചും ജനപക്ഷത്ത് നിലയുറപ്പിച്ചതും. 1957 ൽ അധികാരത്തിലേറിയ ആദ്യത്തെ കേരള സർക്കാരിനെ കേന്ദ്രസർക്കാർ നിയമവിരുദ്ധമായി, ജനാധിപത്യ വിരുദ്ധമായി പിരിച്ചുവിട്ടതാണ് പ്രമേ യം. വർത്തമാനകാല രാഷ്ട്രീയ സംഭവം കഥകളിയായി അവതരിപ്പി ക്കുന്നത് ഇതാദ്യമാണ്. ഇ എം എസിന്റെ ജനക്ഷേമകരവും പുരോഗമ നോന്മുഖവുമായ സദ്ഭരണത്തിനെതിരെ ഉറഞ്ഞു തുള്ളിയ കേരളത്തിലെ കോൺഗ്രസ്–കേന്ദ്രത്തിലെ കോൺഗ്രസ് ഭരണകൂടവുമാണ് കഥകളി യുടെ ബാഹ്യാന്തരശക്തികൾ. മുഖ്യമന്ത്രി ഇ എം എസ്, പ്രധാനമന്ത്രി നെഹ്റു, രാജ്യത്തെ അഖിലേന്ത്യാ കോൺഗ്രസ് പ്രസിഡന്റ് ഇന്ദിരാ ഗാന്ധി, വിമോചന സമരത്തിന്റെ നേതൃത്വം വഹിച്ച മതം, ജാതി– മതശ ക്തികളുടെ നേതാക്കന്മാർ തുടങ്ങിയവർ വേഷക്കാർ. കമ്യൂണിസ്റ്റ് പ്രത്യ യശാസ്ത്രത്തിന്റെ നീരുറവയാണ് കഥയുടെ അന്തഃശക്തി. പുറപ്പാട് ശ്ലോകം തന്നെ ഈ വസ്തുത വിശദമാക്കുന്നു.

> പോരാടിനേടിയൊരു രക്തപതാക തന്റെ
> വാരാളുമുഗ്ര കിരണങ്ങൾ പുണർന്നു നാട്ടിൽ
> പാരാതെ സൽഭരണ കാര്യ വിചാരമോടെ
> ആ രാജധാനിയിൽ വസിച്ചു ജനാധിനാഥൻ

> സുകൃത പതിപാകനിധി പുതിയൊരു
> ജനാധിപതി ഭുവനതല മഖിലമുരു
> പുകളെഴുമുദാരമതി നവയുഗ വിധാനമതിൽ;
> അതികുതുകമൊടുനിരതൻ
> നിഖില ജനപരിചരണം നിപുണതയതിൽ മുഴുകി

എന്നിങ്ങനെയാണ് ഇ എം എസിനെ അവതരിപ്പിക്കുന്നതും സർവ ഐശ്വ ര്യങ്ങളും നിറഞ്ഞാടുന്ന കേരളത്തിന്റെ ഭാവസൗകുമാര്യത്തെ മലയാള മണ്ണിന്റെ വൈകാരിക സത്തയിൽ ചാലിച്ചെഴുതുകയാണ് പാലീത്ര. അതോടൊപ്പം മുക്തിസ്മരണകൾ അയവിറക്കി, രക്തകുടീരങ്ങളിൽ രക്ത

പുഷ്പമാല ചാർത്തി പുത്തനൊരു ജീവിതത്തിൽ ശക്തി നേടുകയാണ് നാം. പുതിയ ജനകീയ ഭരണകൂടം വന്നപ്പോൾ ജനങ്ങൾ ആഹ്ലാദഭരിത രായി. ജനങ്ങൾക്കു വേണ്ടിയുള്ള പ്രവർത്തനം ആരംഭിച്ചു. ഇതു സഹി ക്കാൻ കഴിയാതെ കെ പി സി സി നേതാക്കൾ കേന്ദ്രത്തോട് പരാതിപ്പെ ട്ടത് ഇങ്ങനെ:

കമ്യൂണിസത്താൽ ജീവാഭിമാന ധനനാശം
രണ്ടുകൊല്ലമായ്‌–കേരളമാകെ
അതിവിവശം–എന്ന മതമെ–
നാശയമില്ലവകാശം
എതിർത്തു ഞങ്ങളെങ്കിലും
ഇളക്കമില്ലൊരു വിധത്തിലും

ഭൂപരിഷ്കരണ നിയമം കൊണ്ടുവന്നു, വിദ്യാഭ്യാസബിൽ പാസാക്കി. ഇതൊന്നും സ്ഥാപിത താൽപ്പര്യക്കാർക്കും മത–വർഗീയ വിഭാഗത്തിനും ഇഷ്ടപ്പെടുന്നില്ല. അവരുടെ നേതൃത്വം വഹിക്കുന്ന കോൺഗ്രസിന് ഒന്നേ പറയാനുള്ളൂ. മുതലിറക്കി പള്ളിക്കൂടങ്ങൾ നട ത്തുന്നവരുടെ അവകാശങ്ങൾ നിഷേധിക്കുന്ന വിദ്യാഭ്യാസബിൽ അതി നാൽ

ചെമ്പമാരുടെ മുമ്പനതാകിയ
നമ്പൂതിരിയെ ഇറക്കണമുടനെ

അതിനായി പണപ്പൊതികൾ നൽകി സമുദായാചാര്യനായ ഭാരത കേസരിയെ മുൻനിർത്തി വിമോചനസമരം ആരംഭിക്കുന്നു. കാരണങ്ങൾ

കണ്ടതെണ്ടിപ്പരിഷകൾക്കു
പതിച്ചുഭൂമികൊടുത്തതും
പിന്നെ വിദ്യാഭ്യാസ, ഭൂനയ
ബില്ലിറക്കി മുടിച്ചതും
കണ്ടു കണ്ടു ക്ഷമിച്ച ഞങ്ങൾ
മടുത്തു ചെയ്തികളൊക്കെയും
രണ്ടുപക്ഷമതില്ല നിന്നെ
ഒടുക്കിടാതെ അടങ്ങിടാ

ഇങ്ങനെ ഒടുക്കാനായുള്ള കുപ്രസിദ്ധ സമരത്തിൽ കാട്ടിക്കൂട്ടിയ വിക്രി യങ്ങൾ, കേരള രാഷ്ട്രീയത്തിലെ ഇരുളും ചോരയും നിറഞ്ഞ കാലം. അങ്ങനെ സംഭവിക്കാൻ കിട്ടിയ ഉപദേശം:

യുക്തമായ വിധത്തിലങ്ങിട
പെട്ടിടാനൊരു സംഭവം
ബുദ്ധിപൂർവകമെന്തുചൊൽവതി–
നുണ്ടു നിന്നുടെ കൈവശം
ആ ഹവങ്ങൾ നടക്കണം ബത
വാഹനങ്ങൾ തകർക്കണം
രാജവീഥികൾ തോറു മാർത്തു–
മദിച്ചു ജാഥ നടത്തണം

നീതിപാലന സേനകൾക്കു
വിനാശമൊട്ടു വരുത്തണം
വീതസംശയമെത്രയും വെടി
വയ്ക്കുവാൻ വഴി കൂട്ടണം
അതു സംഭവിച്ചപ്പോൾ

ചെറ്റും – നേരിട്ടുവന്നിങ്ങിടപെടുവതിനായ്
മാർഗമില്ലാമിഞ്ഞുഴന്നിട്ടക്കാലം കേന്ദ്ര രക്ഷോ
വരനൊരുതരുണീ രമ്യരൂപം ധരിച്ചാൽ
കുറ്റക്കാർ കുന്തലും മാൻമിഴികളുമിളകും
ചില്ലിവില്ലും വികാരം മുറ്റും ശൃംഗാരഭാവ
സ്മിതമൊടുമധുനാ തത്ര പ്രത്യക്ഷയായി
ലളിതവേഷം ധരിച്ച പൂതനയാണത്-ഇന്ദിരാഗാന്ധി. ഇടതുപക്ഷ
ഭരണം ചെയ്ത ജനദ്രോഹം ഭൂനയന ബില്ലും വിദ്യാഭ്യാസ ബില്ലുമാണ്
അവ എടുത്തു കാട്ടി ലളിതയുടെ വേഷം കെട്ടിയ പൂതന പറയുന്നു:
മുറയേറ്റ മുരയ്ക്കേണ്ട–വഴിയേ രാജി വച്ചാലും
ഭരിക്കാമിങ്ങനെയെന്നു–നിനയ്ക്കേണ്ട ധരിച്ചാലും

അങ്ങനെ
നൂറ്റാണ്ടിക്കേരളത്തിൽ ദുരിതമനുഭവി–
ച്ചാർത്തരായ് ജീവിതത്തിൽ
മാറ്റം കാണാത്ത നാനാ ജനതകളൊരുമി–
ച്ചാറ്റു നോറ്റാശയോടെ
തോറ്റിപ്പൂജിച്ച പുത്തൻ ഭരണമതു
തകർത്തിട്ടു തൻ വർഗ സൗഖ്യം
നോക്കാനേൽപ്പിച്ചു ശാസിച്ചുടനടവിൽ
മറഞ്ഞീടിനാൽ കേന്ദ്രമന്നാൾ

പക്ഷേ,
ആദർശധീരമീ രാമ രാജ്യത്തിനാൽ
സോഷ്യലിസത്തിന്റെ തേർതെളിച്ചീടവേ
ചാടിക്കയറി വഴിമുടക്കീടുകിൽ
പാരയ്ക്കടിച്ചെമ ലോകത്തയയ്ക്കുവാൻ
ഇതായിരുന്നു കേരളാധിപന്റെ മറുപടി

ഉത്ഥാനം ചെയ്തു നാടിൻ ദുരിതമഖിലവും
പോകുവാനുദ്യമിക്കും
പ്രസ്ഥാനത്തിനു തേജോമയമഹിമ
പകർന്നേകിടും ജീവനായി
പൊൽക്കാലം പൂത്ത പുത്തൻ പുലരിവരുവതി–
ന്തൊത്തുചേർന്നെ ഇമ്മാടും
പ്രസ്ഥാനത്തിന്റെ സത്തേ വിജയതു ജനമതേ
നിൻ മഹാശക്തിപാരിൽ

എന്ന ധനാശിപ നവകേരളചരിതം കഥകേൾക്കു, തിരശ്ശീല വീഴുന്നു. രാഷ്ട്രീയ കവിതയായാലും ഗാനങ്ങളായാലും രാഷ്ട്രീയ കഥകളിയാ യാലും പാലീത്രയുടെ പ്രത്യയശാസ്ത്രപരമായ ഉള്ളുറപ്പ് വരികളിൽ പ്രത്യക്ഷമാകുന്നു. കാലിക പ്രശ്നങ്ങളാണ് തന്റെ കാവ്യങ്ങളിലെ പ്രതി പാദ്യ വിഷയങ്ങളെങ്കിലും ചരിത്രപരമായ പ്രാധാന്യവും കാലത്തെ അതി ജീവിക്കുന്ന സന്ദേശവും അവയാണ് ഇന്നലെകളെ ഓർമിപ്പിക്കുന്നത്. ഇന്നിത് ദിശാബോധം നൽകാനും ശക്തിപകരാനും കൂടിയാണ്. ചരിത്രം ചരിത്രമായി ഉറങ്ങിക്കിടക്കുകയല്ല വേണ്ടത് നാളെയെ രൂപപ്പെടുത്താ നുള്ള ജൈവഘടകങ്ങളായി ഉണർന്നുനിൽക്കണം. ഈ ഉണർവിന് കവിത പ്രയോജനപ്പെടുന്നു. പാലീത്ര നിർവഹിക്കുന്ന കാവ്യദൗത്യം ഇതാണ്. ഏതെങ്കിലും ഒരുൾവിളിയുടെയോ കേവലമായ ഭാവനയു ടെയോ ഫലമല്ല ഈ കവിതകൾ. ഉള്ളുരുകുന്ന അനുഭവങ്ങളുടെ അക്ഷ രസാന്നിധ്യമാണ് ഈ കവിതകൾ. രാഷ്ട്രീയമായ പൂർവാനുഭവങ്ങളെ വർത്തമാനകാലത്തിലേക്ക് ആവാഹിക്കച്ചെടുക്കുന്ന പ്രക്രിയയാണിതും. പ്രതിജ്ഞാബദ്ധതയുടെ സർഗാത്മക പ്രകാശനം. പാലീത്രയുടെ കവി തയുടെ മറ്റൊരു സവിശേഷത അവയുടെ പ്രതിപാദനത്തിലെ ലാളി ത്യവും പ്രസന്നതയും മനോഹാരിതയുമാണ്. ആശയപരമായി തെളിച്ച മുള്ള കവിക്കേ ഇതു സാധ്യമാകുകയുള്ളൂ. മലയാളത്തിന്റെ ശോഭ വെ ട്ടിത്തിളങ്ങുന്ന പാതയും നാടൻപാട്ടുകളുടെ ഭാവമധുരിമ നിറഞ്ഞു നിൽക്കുന്ന വടക്കൻപാട്ടുകളും പാലീത്രയുടെ കാവ്യമനസിൽ വസന്ത കാന്തി വിടർത്തുന്നു. എത്ര ഭംഗിയോടെ, അനായാസമാണ് ഈ ഗാന രീതികൾ. പാലീത്ര കൈകാര്യം ചെയ്യുന്ന കവിതകൾ ചൊല്ലുമ്പോൾ മലയാളത്തനിമയിലെ നാട്ടുവഴക്കങ്ങളുടെ ശാലീന സൗന്ദര്യമാണ് അനു ഭവപ്പെടുന്നത്. അതേ തൂലിക കഥകളിയിൽ ശ്ലോകങ്ങൾ എഴുതുമ്പോഴും മണിപ്രവാള കവിതയുടെ ഭാവഗാംഭീര്യവും അനുഭവപ്പെടുന്നു. രാഷ്ട്രീയ കവിതകൾ അനുഭൂതിമധുരമായ സാഹിത്യരചനകളാകുന്നത് എങ്ങനെ യെന്ന് പാലീത്രയുടെ കവിതകൾ സാക്ഷ്യപ്പെടുത്തുന്നു. കവിതകൾ വാർന്നുവീണ കാലഘട്ടത്തിലെ രാഷ്ട്രീയ പശ്ചാത്തലവും കൂടി അറി ഞ്ഞിരുന്നാൽ കവിതകൾ കൂടുതൽ ആസ്വദിക്കാം. ഇതിനർഥം അന്നത്തെ രാഷ്ട്രീയ നേതാക്കന്മാരെയും അവരുടെ പ്രവർത്തനങ്ങളെയും അറിയ ണമെന്നുകൂടിയാണ്. കവിതകളിൽ ഇടയ്ക്ക് പ്രത്യക്ഷപ്പെടുന്ന ഉപന്യാ സങ്ങൾ അറിയാനും ഒന്നൂറി ചിരിക്കാനും ഇതാവശ്യമാണ്. ഉപന്യാസ ങ്ങൾക്കു പിന്നിലെ കല, ചരിത്രബോധം പ്രധാനമാക്കുന്നു. നവകേരള ചരിതം കഥകളിയിൽ കാലഘട്ടത്തിന്റെ ചരിത്ര പുരുഷനായി സൂര്യശോ ഭയോടെ നിലകൊള്ളുന്ന ഇ എം എസ് എന്ന പുരോഗമന പ്രസ്ഥാന ത്തിന്റെ വഴികാട്ടിയാണ്; നിലയ്ക്കാത്ത ഒരാവേശവും.

മുഖമൊഴി

സാമൂഹിക രാഷ്ട്രീയ മാറ്റങ്ങളുടെ അഞ്ചു പതിറ്റാണ്ടുകാലത്തെ ചലന പ്രതിചലനങ്ങളിൽ ശാരീരികവും മാനസികവും വൈകാരികവു മായി പങ്കെടുക്കാൻ അവസരം ലഭിച്ച എന്റെ നേരനുഭവത്തിന്റെ വാങ്മ യമാണ് ഇതിലെ കവിതകളും പാട്ടുകളും. ഇടതുപക്ഷപ്രസ്ഥാനങ്ങളോ ടൊപ്പം അവകാശപ്പോരാട്ടങ്ങളിലൂടെ മാറി വന്ന ജനകീയ സമരങ്ങളുടെ ചൂടേറ്റു കൊണ്ടാണല്ലോ ആധുനിക കേരളീയ സമൂഹം ഉയിർത്തെഴു ന്നേറ്റത്. ജാതിജന്യങ്ങളായ സാമൂഹികപീഡനങ്ങളും മുതലാളിത്ത രാഷ്ട്രീയനയങ്ങളുടെ മർദനചൂഷണങ്ങളും കൊണ്ടു പൊറുതിമുട്ടിയ, ദരിദ്രനാരായണന്മാരുടെ മോചനത്തിന്റെ കനൽവഴികളിലൂടെയാണ് ഞാൻ സഞ്ചരിച്ചത്. രണ്ടാം ലോകമഹായുദ്ധത്തിന്റെ വറുതികൾ കൊണ്ടു പഞ്ഞംപെരുത്ത സാഹചര്യത്തിലാണെന്റെ ബാല്യകൗമാരങ്ങൾ കഴി ഞ്ഞത്. തന്മൂലം വിദ്യാഭ്യാസം പൂർത്തീകരിക്കാനാവാതെ ദരിദ്രകുടും ബത്തെ സഹായിക്കാൻ നിസ്വവർഗത്തിന്റെ പ്രതിനിധിയായ എനിക്കും ബാധ്യത വന്നു ചേർന്നു. സർക്കാരിന്റെ 'പത്തു പുത്തൻ' ലഭിക്കുമല്ലോ എന്നു കരുതി കലാശാലാ വിദ്യാഭ്യാസം അപൂർണമാക്കി വിട ചൊല്ലു കയായിരുന്നു. 40–120 കൊണ്ട് രണ്ടറ്റം മുട്ടിക്കാനാവാതെ പാടുപെട്ടു കഴി ഞ്ഞ വെള്ളക്കോളർ വിഭാഗത്തിന്റെ സമരപാതകളിൽ ഞാനും എത്തി പ്പെട്ടു. ക്രമേണ തൊഴിലാളിസമരങ്ങളുമായി ഇഴചേർന്ന് നിരവധി സമര മുഖങ്ങൾ കേരളത്തിലെമ്പാടും പടർന്നുയർന്നു. ഈ സമരപങ്കാളിത്തം എന്റെ വ്യക്തിത്വ വികാസത്തിൽ ഇടതുപക്ഷ സ്വാധീനം ശക്തിപ്പെടു ത്തി. തൽഫലമായി സമരാനുഭവങ്ങളുടെ ആവിഷ്കാരം മുദ്രാവാക്യങ്ങ ളിലും കവിതയിലും പാട്ടിലും പ്രഭാഷണങ്ങളിലും നിരന്തരമായി നിർവഹിക്കേണ്ടിവന്നു. അങ്ങനെ ഇടതുപക്ഷ പുരോഗമന സാംസ്കാ

രിക പ്രവർത്തനങ്ങളിൽ മുഴുകുകയും നേതൃത്വപരമായ പങ്ക് ഏറ്റെടു ക്കേണ്ടി വരികയും ചെയ്തു.

അക്കാലങ്ങളിൽ എഴുതിയ ഏതാനും കവിതകളും പാട്ടുകളും ഉൾപ്പെടുത്തി ഒരു സമാഹാരം പ്രസിദ്ധീകരിക്കാൻ സഖാക്കളും സുഹൃ ത്തുക്കളും സ്നേഹപൂർവം നിർബന്ധിച്ച സാഹചര്യത്തിലാണ് ഈ സാഹസത്തിനു ഞാൻ മുതിർന്നത്.

സമാഹാരത്തിന്റെ അവസാനമായി ചേർത്തിട്ടുള്ള നവകേരളചരിതം *ആട്ടക്കഥ* എന്റെ ആത്മസുഹൃത്തായിരുന്ന വെള്ളംകുളം കരുണാകര മേനോനുമായി കൂട്ടായി നടത്തിയ നീണ്ടകാലത്തെ പരിശ്രമത്തിന്റെ ഫല മാണ്. ഐക്യകേരളം രൂപം കൊണ്ടതിനുശേഷം നടന്ന ആദ്യത്തെ തിര ഞ്ഞെടുപ്പിൽ അധികാരത്തിൽ വന്ന ഇ എം എസിന്റെ നേതൃത്വത്തിൽ ഭരണത്തിലുള്ള ജനകീയസർക്കാരിനെ ജനഹിതത്തിനെതിരായി, സ്ഥാപിതതാൽപര്യക്കാരുടെയും ജാതി മതശക്തികളുടെയും നേതൃത്വ ത്തിൽ നടത്തിയ സമരാഭാസത്തെ ന്യായീകരിച്ച് കേന്ദ്രം ഭരിച്ച കോൺ ഗ്രസ് സർക്കാർ ഭരണഘടനാ വിരുദ്ധമായി പിരിച്ചുവിട്ടു. ഈ ജനാധി പത്യ വിരുദ്ധസംഭവം പ്രമേയമാക്കി തയാറാക്കിയ രാഷ്ട്രീയകഥകളി യാണിത്. കുടികിടപ്പുകാരായ പാവപ്പെട്ട ലക്ഷക്കണക്കായ പാവങ്ങളെ കൂരപൊളിച്ചും അവ കത്തിച്ചും മാടമ്പിമാരും ജന്മികളുടെ ഗുണ്ടകളും യഥേഷ്ടം തേർവാഴ്ച നടത്തി ദ്രോഹിച്ചു. ഈ പാവങ്ങളെ രക്ഷിക്കാൻ ഇ എം എസ് സർക്കാർ കുടിയൊഴിക്കൽ നിരോധന ഉത്തരവ് പുറപ്പെടു വിച്ചതും ഭൂപരിഷ്കരണ നിയമം കൊണ്ടുവന്നു നടപ്പിലാക്കി. വിദ്യാ ഭ്യാസരംഗത്തെ സ്വകാര്യ മാനേജർമാരെ നിയന്ത്രിക്കാൻ നിയമം കൊണ്ടുവരുകയും ചെയ്തു. അധ്യാപകർക്ക് ശമ്പളം സർക്കാർ നേരിട്ടു കൊടുക്കാൻ വ്യവസ്ഥയും. പിൻതിരിപ്പൻ ശക്തികൾ സർക്കാരിനെ അട്ടി മറിക്കാൻ പ്രധാനകാരണം ഇവയാണ്.

ഈ കാവ്യസമാഹാരത്തിന് അവതാരിക എഴുതി അനുഗ്രഹിച്ച പ്രൊഫ. എരുമേലി പരമേശ്വരൻപിള്ള എന്റെ അഭിവന്ദ്യസുഹൃത്തും സാംസ്കാരിക രംഗത്തെ സഹപ്രവർത്തകനുമാണ്. ഗ്രന്ഥകാരനും വിദ്യാഭ്യാസ വിചക്ഷണനും ആണ്. കേരള സാഹിത്യ അക്കാദമി സെക്ര ട്ടറിയും പുരോഗമനകലാ സാഹിത്യ സംഘം ജനറൽ സെക്രട്ടറിയുമാ യിരുന്നു. അബുദാബി ശക്തി അവാർഡ് കമ്മിറ്റിയുടെ കൺവീനറാണ് അദ്ദേഹം. പ്രൊഫ. എരുമേലിയോടു എന്റെ നന്ദിയും കടപ്പാടും നിസ്സീമ മാണ്. ഇടതുപക്ഷ സാംസ്കാരിക രംഗത്തെ ഉന്നതശീർഷനായ അദ്ദേ ഹം ഈ സമാഹാരം പ്രസിദ്ധീകരിക്കുന്നതിന് വളരെ സഹായിച്ചിട്ടുണ്ട്. ഈ പുസ്തകത്തിന് ആകർഷകമായ കവർ തയ്യാറാക്കിയ എന്റെ സ്നേഹിതൻ ആർട്ടിസ്റ്റ് വിനോദ് കുമാറിന് എന്റെ സ്നേഹോഷ്മളമായ നന്ദി രേഖപ്പെടുത്തുന്നു.

പാലീത്ര നാരായണൻ

1

ഇ എം എസ്

അറിയുമോ നിങ്ങളീ മൂന്നക്ഷരങ്ങളിൽ
നിറവാർന്ന മർത്യത വിടർത്തും മനുഷ്യനെ.
അറിയുമോ നിങ്ങളീ സൂര്യതേജസിനെ
അരിയൊരാദർശ പ്രഫുല്ല ജ്യോതിസിനെ
പുരുഷാന്തരങ്ങളുടെ പുണ്യങ്ങളൊക്കെയും
പുരുഷരൂപം പൂണ്ട വിപ്ലവോജസിനെ
അറിയുമോ നിങ്ങളീ നിസ്വഹൃദയങ്ങൾ
നിറയുന്നൊരനവദ്യനിധിയാം മഹസിനെ
നിലയറ്റൊരഴലിൻ കയങ്ങളിൽ താണടി—
ഞ്ഞുഴലുന്ന വർഗത്തൊടൊത്തു ചേർ—
ന്നവരിലൊരു വ്യക്തിയായ് തീർന്നു;
തൻ ജന്മ സൗഭാഗ്യങ്ങളെ പ്പേരു—
മർപ്പിച്ചവർക്കു യുഗസംക്രാന്തി,
വെട്ടം തെളിക്കും വരിഷ്ഠജ്യോതിസ്സേ
നമിക്കട്ടെ ഞങ്ങൾ തൻ ശക്തിസ്രോതസ്സേ,
ചെറ്റമാടങ്ങളുയിരിന്നുയിരുപോൽ കാത്തു
കാറ്റുകൾ കെടുത്താതെ പോറ്റിയ വെളിച്ചം
പോക്കണം കെട്ടതിനെ വേട്ടയാടുന്ന കരി—
നാക്കുകൾ നീട്ടും ഇരുട്ടിന്റെ കൂട്ടമേ,
നിറനിലാവിതു കണ്ടു മതി വിഭ്രമം പൂണ്ടു,
വെറുതെ കുരയ്ക്കുന്ന നായ്ക്കളേ നരികളേ
അറിയുമോ നിങ്ങളീ അക്ഷരനഭസ്സിലെ
നക്ഷത്രരാജികൾ പൂക്കും സരസ്സിനെ
ശരമൊടുങ്ങീടാത്ത തുണീരവും കൊണ്ടു—

പൊരുതി മുന്നേറുന്നൊരീ സവ്യസാചിതൻ
'അമ്പുകൊള്ളാത്തവരുണ്ടോ കുരുക്കളിൽ'
കൊമ്പുകുത്തിക്കൊൾ പ്രതിദ്വന്ദി വർഗമേ
ഉച്ചലൻ ചണ്ഡവാതം ചീറി നാടിതിൻ
വിപ്ലവവസന്തങ്ങൾ നാളെ വിടരുമ്പോൾ
ഇക്കണ്ട നാട്ടു പൊൻ മക്കൾ തൻ ഹൃത്തിലെ
പുഷ്പ സിംഹാസനമേറും വപുസിനെ–
അറിയുമോ... നിങ്ങളീ മൂന്നക്ഷരങ്ങളിൽ
നിറവാർന്ന മർത്യത വിടർത്തും മനുഷ്യനെ
അറിയില്ലയെങ്കിൽ ചരിത്രം നടക്കുന്ന
വഴികൾക്കു മുന്നിലെ കാൽപ്പാടു നോക്കുവിൻ.

2
____

കൊടിയേറ്റം

നാളെയുടെ നന്മ പൂക്കും
നാളുകളെ നേടുവാനായ്
നാളികലോചനമാരേ;
പോരുമോ നിങ്ങൾ
    കൈവളയും കാൽച്ചിലമ്പും
    കിങ്ങിണിയും കിലുങ്ങുമ്പോൾ
    കൈവിലങ്ങിൻ കിലുകിലം
    കേൾക്കുമോ നിങ്ങൾ
നൈവിളക്കു കൊളുത്തിയും
നൈത്തലാമ്പൽപ്പൊയ്ക വക്കിൽ
പൊയ്പറഞ്ഞും മനോരാജ്യ–
ക്കഥ നുകർന്നും
    ഉടയാടവെടിഞ്ഞുള്ള
    പടമോടുമിടങ്ങളിൽ
    ഇടികൂടിതടിവേക്കും
    തരുണിമാരേ.
നാളെയുടെ നന്മ പൂക്കും
നാളുകളെ നേടുവാനായ്
നാളീകലോചനമാരേ
പോരുമോ നിങ്ങൾ
    ശരറാന്തൽ ചിരിതൂകെ
    കുളിർനിലാവൊളിചിന്നും
    പളുങ്കുകൽത്തളമല–
    ങ്കരിക്കുവാനും

കരിവേപ്പിൻ ഇലയെപ്പോൽ
കറിയിൽച്ചേർക്കണമെന്ന
കദനത്തിൻ പരിഹാരം
പരിചിന്തിച്ചും
    കേശമലങ്കരിപ്പാനും
    മേദുരപയോധരമാം
    മേനികൃശപേശലമായ്
    ചമയ്ക്കുവാനും
വഴിതേടിയുഴലുന്ന–
വനിതതന്മൊഴികളിൽ
മിഴിയുന്നിമയങ്ങിടും
ഭഗിനിമാരേ
    നാളെയുടെ നന്മ പൂക്കും
    നാളുകളെ നേടുവാനായ്
    നാളീകലോചനമാരേ
    പോരുമോ നിങ്ങൾ.
ഉണർന്നെണീക്കുമോനിങ്ങൾ
ഒരു പുത്തൻയുഗത്തിന്റെ
കൊടിയേറ്റത്തിരുന്നാളിൻ
വെടികേൾപ്പിലേ.
    കാളിമകാളിടുംവാനിൻ
    ചേറണിച്ചെളിനിലത്തിൽ
    ആരിയൻഞാറുകൾ പൂക്കും
    ആതിരരാവിൽ
കൂരിരുൾ കുന്തളം ചിന്നി
പൂനിലാപ്പൂന്തുകിൽചുറ്റി
യാമിനി പഞ്ചമിത്തിങ്കൾ–
അരിവാളേന്തി.
    കാർത്തികപ്പൊന്മണിക്കതിർ
    ക്കറ്റകൾകൊയ്തുഷസ്സിന്റെ
    വേർപ്പുമുത്തണിക്കളത്തിൽ
    മെതിച്ചുകൂട്ടാൻ
പുത്തിരുവാതിരപ്പുലർ
കാറ്റുവന്നുകാവുകളിൽ
ഞാറ്റുവേലപ്പാട്ടുപാടി
കിളികൾ പാറി.
    നാളെയുടെ നന്മ പൂക്കും
    നാളുകളെ നേടുവാനായ്
    നാളികലോചനമാരേ
    പോരുമോ നിങ്ങൾ.

3

സൂര്യഗ്രഹണം

(പി ഭാസ്കരന്റെ 'വിളക്കണയ്ക്കുക വഴി തടയുക'
എന്ന കവിതയുടെ പ്രതികരണം)

'**ഉ**യരും ഞാൻ നാടാകെപ്പടരും ഞാനൊരുപുത്തൻ
ഉയിർനാടിന്നേകിക്കൊണ്ടുയരും വീണ്ടും'
ഒരിക്കലെന്നുതൻ കരൾത്തുടിപ്പിനു
കരുത്തുനൽകിയ സമരഭൂവിൽനി–
ന്നുറക്കെദിക്കുകൾ ത്രസിക്കുമാറൊരു–
ഹരിപ്രവരഗർജനം മുഴക്കിയ–
കവിപ്രതിഭയിൽ പുളിച്ചുനാറിടും
അഴുക്കിതത്രയും നിറച്ച വിപ്ലവ–
വിരുദ്ധശക്തിതൻ വിഴുപ്പുഭാണ്ഡങ്ങൾ–
ചുമക്കും ഗർദഭക്കരച്ചിൽ കേൾക്കുന്നു.

****

മുറയ്ക്കുസാർഥവാഹകർ മുന്നേറുമ്പോൾ
കുരയ്ക്കും നായ്ക്കളെക്കുറിച്ചെന്തോതുവാൻ
ചോരിമണലിന്റെ വിളർത്ത മാർത്തട്ടിൽ
ചൊരിഞ്ഞചോരയിൽ വിടർന്ന സ്വപ്നങ്ങൾ
കരിഞ്ഞും വാടിയും കൊഴിഞ്ഞൊരീമണ്ണിൻ
കനത്ത ദുഃഖങ്ങൾ തിളയ്ക്കും രോഷമായ്
വരിഷ്ഠജീവിതം ജനത്തിനാകെയും–
വരുത്തുവാനടർക്കളത്തിൽ നീങ്ങിയോർ
മരിച്ചുമണ്ണടിഞ്ഞവർ തന്നസ്ഥിയിൽ
കുരുത്തതീക്കതിർ ചിനപ്പുകൾ ചിന്നും
വിഷുപ്പുലരിതൻ വെളിച്ചം നാടിനെ

വിളിച്ചുണർത്തുമീ പ്രകാശതീരത്തിൽ;
പ്രയത്നശക്തികൾ കുതിച്ചുചാട്ടത്തിൻ
പ്രഹർഷവേളയ്ക്കായ് ഒരുക്കുകൂട്ടുമ്പോൾ
പകച്ചു നിൽക്കുന്നു പഴയപോരാളി;
പകൽവെട്ടം കണ്ട കുറുക്കൻമാതിരി.
മനസിൻപൊന്തയിൽ മണം പരത്തുന്ന
'മകാരസാരമേയനഘ്ലേപിയുഷം
മണത്തും നക്കിയും മതിഭ്രമം പൂണ്ടു
മിഴിച്ചുനിൽക്കുന്ന സൃഗാലവേദാന്തി.
പകൽവെളിച്ചത്തെ മറയ്ക്കാൻ വെമ്പുന്നു
പഴന്തുണിക്കീറാൽ പഴയ തേരാളി!
മനോരമാത്മക മകാരവൈഖരി
മനസിൽ പൂക്കുന്ന കവിപ്രജാപതി
തനിക്കുകോലായിൽ ഇരിപ്പിടമൊന്നു
തരപ്പെടുത്തിയോർക്കുതവിചെയ്യുന്നു.
അറയ്ക്കകത്തു പണ്ടൊരിറ്റുവെട്ടമായ്
ചരിത്രചാലകമഹത്വദർശനം
കൊളുത്തിവച്ചതും കെടുത്തി ഇന്നു
കൂരിരുട്ടിൽ തപ്പിയും തടഞ്ഞും വീഴുന്നു.
തടിച്ച പേഴ്സിനെക്കൊതിച്ചു തൻപുരാ
വടുക്കൾ തൻ ശോണമഹത്വം വിറ്റുപോയ്
കുടിപ്പക വിട്ടും കൊടിപ്പക വിട്ടും
കുതിക്കും ശക്തിയെ തടുക്കുവാൻ വൃഥാ
വിലക്ഷണോക്തിയാൽ വിലങ്ങുതീർക്കുവാൻ
വിരുദ്ധശക്തികൾ വിലയ്ക്കെടുത്തൊരു–
കവിത്വമേനിന്റെ വിറങ്ങലിച്ചൊരു
കിടപ്പുകാൺകെയെൻ മിഴികലങ്ങുന്നു.
അരിയതേൻനുകർന്നിരുന്നവണ്ടല്ലീ
അളിഞ്ഞചാണകമതും നുണയുന്നു?
അരുണഭാസ്കരകിരണശോണിമ
വിളറിമാഞ്ഞുപോയ് ഗ്രഹണവേളയിൽ!

4

തിരഞ്ഞെടുപ്പ് ജ്ഞാനപ്പാന
(1987–88)

പെറ്റനാടിന്റെ നേരിന്റെ പോരിനായ്
ഒത്തുചേരുന്നുമാലോകരാകവേ
പത്മരാജീവകാരുണ്യവാരിധേ
രക്ഷ നാടിന്നു നിങ്ങൾ മാറുന്നതേ.
നാട്ടുകാരേ മനുഷ്യരായ് നമ്മളീ–
നാട്ടിൽ നാളെയും ജീവിച്ചുപോകുവാൻ
വോട്ടിനായുള്ള ചീട്ടുകിട്ടുന്നേരം
ഓർക്കണം നമ്മൾ നാടിനെ – വീടിനെ.
അമ്മയെന്നതിന്നർഥമറിയാത്തോർ
പെങ്ങളെന്നാലുമെന്തെന്നറിയാത്തോർ.
പിന്നെയും നാടുവാണരുളീടുവാൻ
സമ്മതിക്കുവോകുള്ളുഭൂമിയിൽ
പത്തുനാൽപ്പതുകൊല്ലമായ് നാടിനു
കിട്ടിസ്വാതന്ത്ര്യമെന്നുകേട്ടീടുന്നു
കഷ്ടമെത്രയോകോടിയാണിപ്പൊഴും
പട്ടിണികൊണ്ടുനട്ടം തിരിയുന്നു.
അക്ഷരമെന്നതെന്തെന്നറിയാത്ത
ലക്ഷമല്ലുണ്ടുനാൽപ്പതുകോടികൾ.
വിദ്യനേടിയ മുക്കോടിയൌവനം
വ്യർഥമാക്കിത്തുലയ്ക്കുന്നുജീവിതം
പദ്ധതികൾ പലതു പറഞ്ഞിവർ
എത്രകാലമായ് കഷ്ടമീനമ്മളെ
ഇട്ടുവട്ടംകറക്കിപ്പൊരിക്കുന്നു
മൂത്തതുംയൂത്തുമയ്യോശിവശിവ!

അമ്മയെന്നതിന്നർത്ഥമറിവീല
പെങ്ങളെന്നാലുമെന്തെന്നറിവീല
ഇന്നതിന്നതേചെയ്യുവെന്നാർക്കുമി
ന്നൊന്നുമേതിരിയാതെയായ് തീർന്നുപോയ്.

****

കൊണ്ടുകണ്ടേനടക്കുന്ന പാർട്ടിയെ
കണ്ടംതുണ്ടമായ് തീർക്കുന്നതും ഭവാൻ
രണ്ടുനാലു ദിനങ്ങൾ കഴിയുമ്പോൾ
വീണ്ടും കൂട്ടിയിണക്കുന്നതും ഭവാൻ
മാളികമുകളേറിയ പിള്ളയ്ക്ക്
മാനഹാനി വരുത്തിച്ചതും ഭവാൻ
ഏതു പിള്ള? യെന്നോതീട്ടുപിന്നെയും
"തോളിലേറ്റി" നടക്കുന്നതും ഭവാൻ.
ഇരവിലൊറ്റയ്ക്കു ബോംബെയിൽ പോയതിൻ
പൊരുളുമൂടാൻ പണിപ്പെടുമ്പോൾ
ഉടലു രണ്ടായ് പകുത്തുമാറ്റീടിലും
പറയുകില്ല നേരെന്നു ചൊല്ലീ ഭവാൻ.
പണ്ടുനീയൊരു പാവമാം പയ്യനെ
കൊണ്ടുപോയ് ചെയ്ത മേടുകളൊക്കെയും
കണ്ടത്തിൽപത്രമുത്തശ്ശിപോലുമേ
ചുണ്ടു കൂർപ്പിച്ചുകൊണ്ടുചൊല്ലീലയോ.
ഹരിജനമെന്നു ചൊല്ലുമ്പൊഴൊക്കെയും
നിറയുമാറുണ്ടു നിന്റെ കൺകോണുകൾ
ഹരിജനസ്ത്രീക്കു മാനഭംഗത്തിനും
വില കുറിച്ചതാരുള്ളൂ നീയെന്നിയേ.
വഞ്ചനചതികള്ളമെന്നുള്ളവ
നെഞ്ചിലേറ്റി നടക്കുന്നിതെപ്പൊഴും
അമ്പലങ്ങളിൽ പള്ളിയിൽ മോസ്കിലും
നിൻ ചരിതങ്ങൾ കേൾക്കുന്ന നാട്ടുകാർ
ആദിയിൽ കരിങ്കാലിയായ് നാടിന്റെ
വേദിയിൽ വന്ന നാൾതൊട്ടിതേവരെം
നാവെടുത്താൽ നുണ പറഞ്ഞീടാത്ത
നാളൊരെണ്ണവും ഇല്ലെന്നു നിർണയം.
ഒരു വിധത്തിലും നേരെയാവില്ലെന്നു
കരുതിനീതന്നെ ഏറ്റെടുത്തില്ലയോ.
'കരുണ'വാരിധേമാളതൻമേളമേ
അരിയനാടിൻ ക്രമസമാധാനവും

പിന്നെയുണ്ടായ പുകിലുകളത്രയും
കണ്ണുനീരിൽ കലങ്ങിമറിഞ്ഞതാം
കാക്കിക്കുള്ളിലെക്കാട്ടുചെന്നായ്ക്കളെ
പൂട്ടഴിച്ചുവിട്ടെന്നേ പറയേണ്ടൂ.
ഒടുവിലെന്റെയീനാടിന്റെ നെഞ്ചിലും
കരളിലും കടിച്ചാർത്തുമദിച്ചു നീ
തെളിവുചോദിച്ചതെവിടെനിന്നെന്നതും
കരുതിയില്ലല്ലല്ലോ കർക്കോടകൻ ഭവാൻ
ഗുരുപവനപുരേശന്റെകോവിലിൽ
തൊഴുതുകുമ്പിടാൻ ചെല്ലുന്നനേരത്ത്
തരുണിമാരുടെ താടനമേറ്റൊരു
പരമഭക്തനാം മുഖ്യനല്ലോ ഭവാൻ
അന്തമില്ലാതെ നീ ചെയ്ത ലീലകൾ
എന്തിനിങ്ങനെ ചൊല്ലുന്നു ഞാൻ വൃഥാ
ചന്തിയിൽ മുളച്ചാലു പൊന്തീടിലും
ഹന്ത നീ തണലാക്കുവോനല്ലയോ?

5

കേരളം വന്ന വഴി 1957

നാലു പതിറ്റാണ്ടുമുമ്പീനാടുകണ്ടിതാദ്യമായി
നാടുവാഴിത്തമ്പുരാക്കൾ ഒഴിഞ്ഞേപോയ്
കേരളത്തിൻ ഭാഗധേയം നിർണയിപ്പാനടിയാളർ
നായകത്വംനേടിവന്നു ചെങ്കൊടിക്കീഴിൽ
വിപ്ലവത്തിൻ ഇതിഹാസചരിത്രത്തിലൊരു പുത്തൻ
മുദ്രചാർത്തികേരളത്തിൻ ഭരണം നേടി.
അരവയർകരിക്കാടിക്കഞ്ഞിമോന്തി ജന്മിമാർക്കായ്-
അടിമവേലകൾ ചെയ്തുകുരകൾതോറും,
കുടികിടപ്പുകാരായിക്കഴിഞ്ഞ കീഴാളരൊന്നായ്.
പടകുടീരങ്ങൾതീർത്തുപൊരുതിനേടി.
ഇരുളിന്റെ തുരങ്കങ്ങൾ കടന്നുവന്നൊരുപുത്തൻ
തിരുവോണപ്പുലരിയെപ്പുണർന്നുനിന്നു.
കുടിയൊഴിപ്പിക്കരുതെന്നിടിമുഴക്കംപോലൊരു
കൊടിയശാസനം കേട്ടുജന്മിമാർ ഞെട്ടി.
കൂരകളിൽ കുടിപാർത്തകുടിയാളർ അടിയാളർ;
കുരവയുമാർപ്പുമിട്ടുകോൾമയിർകൊണ്ടു.
ഒരു വർഗം, ഒരു സംഘം, ഒരു ശബ്ദം, ഒരേ നേതാജി
വരുണതേജസ്സിയന്നമഹാനീയെമ്മെസ്സ്
ദത്തുപുത്രനായിവന്നുവിപ്ലവത്തിൻ മുഖ്യശക്തി
ക്കിപ്പുകൾപെറ്റൊരു ധീരത്രൈയക്ഷരജ്യോതി.
പുത്തനൊരുകേരളത്തിൻ ശില്പിയായെത്തീ നാടിന്റെ
ഹൃത്തടത്തിൽ മേവിടുന്ന ശക്തിസ്രോതസ്സായ്.
ഇന്നുലോകത്തിന്റെ കണ്ണുംകാതുമീ കേരളത്തിന്റെ
മണ്ണിലും മനുഷ്യനിലുമുറ്റുനോക്കുമ്പോൾ

ജനകീയാസൂത്രണത്തിൻ ജയശംഖമുഴക്കിനാം
ജഗത്തിന്നുവികസനം വിസ്മയമാക്കി.
മതജാതിവിഷംതുപ്പും ചുടലവേതാളനൃത്തം
മദംപൊട്ടിത്തിമിർത്താടാനിടംതേടുന്നു
മതമേതായിരുന്നാലും മനുഷ്യൻനന്നാകണമീ
മതനിരപേക്ഷമുദ്രാവാക്യമാം വാക്യം
ഉരുവിട്ട ഗുരുവിനെക്കരുവാക്കി കാവിചുറ്റാൻ
കിണഞ്ഞൊന്നുതുനിയുന്നീകേരളനാട്ടിൽ
മതമഹാസംഗമം മാരാമണ്ണിൻ മടിത്തട്ടിൽ
മഹിതമായ് നടക്കുന്നിതൊരു നൂറ്റാണ്ടായ്
കാവിസംഘപരിവാരം കലിതുള്ളിയാർത്തലച്ചു
കൽത്തളിമംപൊളിച്ചാറ്റിൽകളഞ്ഞതോർക്കു
സിമിത്തേരിപ്രശ്നമൂതിപ്പെരുപ്പിച്ചും കലിപ്പിച്ചും
കടുത്ത ജാതിവൈരത്തീപടർത്താൻ നോക്കി.
ഇത്തരം ഹീനജന്തുത്വശക്തികൾക്കു വിളയാടാൻ
വിപ്ലവകേരളമുണ്ടോ സമ്മതിക്കുന്നു.
ചെങ്കൊടിക്കൂറകൾപാറും കേരളത്തിനകക്കാമ്പിൽ
സംഘടിതതൊഴിലാളിവർഗസംസ്കാരം
ചരിത്രമോടയിൽ തള്ളിക്കളഞ്ഞചാതുർവർണ്യത്തെ
തിരിച്ചുകൊണ്ടുവരാൻ കാവി ഉടുക്കുന്നോരേ
ഇരുട്ടിന്റെ തടവറക്കരിങ്കൽക്കെട്ടുഭേദിച്ചു
വെളിച്ചത്തെപ്പുണരുമീയുരുക്കിൻശക്തി.
വഴിമാറൂ വഴിമാറൂ പുതിയഭാരതപൗരൻ
വരികയാണൊരു വിദ്യുത്പ്രവാഹംപോലെ
വീണ്ടെടുക്കും വീണ്ടെടുക്കും വീരഭാരതത്തെ നമ്മൾ
ആണ്ടുപോയ മതഭ്രാന്തിൻകയത്തിൽ നിന്നും
സാക്ഷരതനൂറുമേനിവിളഞ്ഞൊരികേരളത്തിൻ
വോട്ടരിവാൾചുറ്റികനക്ഷത്രചിഹ്നത്തിൽ
വാട്ടമെന്യേനാട്ടുകാരീയിടതുജനാധിപത്യ
കൂട്ടുകെട്ടിൻ വിജയവൈജയന്തിനേടും.

6

ഒരു ചാണക്യസൂത്രം

പുലരുവാനേഴര രാവുള്ളപ്പോൾ
ഞെട്ടിച്ചയുണരുന്നുലീഡർതാനും
പട്ടുപുതപ്പുകുടഞ്ഞെറിഞ്ഞു
തട്ടിപ്പിടഞ്ഞെഴുന്നേൽക്കുന്നുണ്ടേ.
ചന്ദനക്കട്ടിലിൽചാഞ്ഞിരുന്നു
ചിന്തയിൽ തീക്കനൽ ചീളുപാറി
പൂങ്കോഴിച്ചാത്തന്റെ കൂവൽപോലെ
അന്തപ്പനുണ്ണി വിളിക്കുന്നുണ്ടേ
വാതുക്കൽ മുട്ടിവിളിച്ചവനും
അതുതാനേകാണുന്നലീഡർതാനും
ഹൈക്കമാന്റിന്റെ കുറിപ്പുനീട്ടി.
വേഗത്തിൽ തന്നെ പുറപ്പെടേണം
വാഴുന്നോരെക്കണ്ടുണർത്തിടേണം.
കേരളം വീണ്ടെടുത്തീടുവാനായ്
ആണ്ടവൻതന്നെ തുണയ്ക്കവേണം.
മന്ദിരം മസ്ജിദും ദുഃമണ്ഡലെല്ലാം
അങ്ങുവടക്കുള്ളകാര്യമല്ലെ?
ഓതിരംകടകം മറിഞ്ഞിടേണം
കടത്തനാടൻവിദ്യ കൈയിൽവേണം
കച്ചമുറുക്കിച്ചുരികതീർത്തും
അച്ചായന്മാരെല്ലാം കൂടെയുണ്ടേ.
നൂറുവയസുകഴിഞ്ഞെന്നാലും
കൂറുള്ളമുത്തശ്ശികൂടെയുണ്ടേ.
പുഴിക്കടകൻ പിടിച്ചിടേണം

പാണക്കാട്ടാജിപണിക്കരാശാൻ
പടിപ്പുര വാതുക്കൽ നിൽക്കുന്നുണ്ടേ;
അപ്പോൾ പറയുന്നു ലീഡറല്ലൊ
പൊട്ടൻ നിനക്കെന്തെറിഞ്ഞിടാവൂ
കുട്ടിക്കരണംമറിഞ്ഞനീയീ–
ക്കൂട്ടത്തിലെത്രകുളംകലക്കി.
വിഡ്ഢിത്തരങ്ങൾ വിളിച്ചുകൂവി
പാർട്ടിക്കകത്തെവിഴുപ്പലക്കി
ഐ എന്നു ചൊല്ലിവളർത്തിനിന്നെ
ഏ യെന്നു കേട്ടു നടന്നുനീയും
വായ്ത്താരി കോൽത്തിരി
അങ്കം വെട്ടി.
വായ്ക്കരിഇട്ടാൽമതിയെന്നായി
അപ്പോൾ പറയുന്നു. അന്ത്വല്ലാണോ
ഒന്നുണ്ടുകേൾക്കേണം – ലീഡറോട്
പണ്ടത്തെക്കാര്യം പറഞ്ഞു നമ്മൾ
വീണ്ടും വഴിപിരിയേണ്ടതുണ്ടോ?
ആദർശധീരനെന്നെന്നെ നാട്ടിൽ
ആണുങ്ങൾ ചൊല്ലിവിളിക്കുന്നുണ്ടേ.
പണ്ടുപറഞ്ഞു മഹാത്മാഗാന്ധി
വേണ്ടിനി കോൺഗ്രസ് പിരിച്ചയയ്ക്കാം
ഏലംകുളത്തിലെമൂപ്പരിപ്പോൾ
ഏവം പറഞ്ഞു നടക്കുന്നുണ്ടേ.
അതുതാനേകേട്ടു കലികയറി
വിറകൊണ്ടുനിൽക്കുന്നു ലീഡർ താനും
ഉടുമുണ്ടഴിച്ചുകുടഞ്ഞുടുത്തു
കുപ്പായക്കൈകൾ തെറുത്തുകേറ്റി
അടിമുടിനിന്നു വിറയ്ക്കുന്നുണ്ടേ.
വിക്കൻതിരുമേനി ചൊല്ലിടുന്ന
വാക്കുനീയെന്നോടുരയ്ക്കവേണ്ട
ഒന്നുണ്ടുകേൾക്കേണമന്തു നീയും
ജോനകർപോകുമെന്നോർത്തിടേണ്ട
അവരുണ്ടോപോകാനിടവരുന്നു
അന്നല്ലൊാകാക്കമലന്നുപാറും
പൊട്ടിച്ചിരിച്ചുചിരിച്ചുതമ്മിൽ
കെട്ടിപ്പിടിച്ചുപിരിഞ്ഞവരും
പൂമുഖവാതുക്കൽ വന്നുനിന്നു
ഹാജിയാർമെല്ലെ മുരടനക്കി
അതുതാനേകണ്ടൊാരു ലീഡർ താനും

നാൽക്കെട്ടകത്തേയ്ക്കു കൂട്ടിപ്പോയി.
നോമ്പുതുറക്കും സമയമല്ലൊ.
പാൽക്കഞ്ഞിവേഗമെടുക്കുന്നുണ്ടേ.
രണ്ടാളുംകഞ്ഞികുടിക്കുന്നുണ്ടേ
പാണക്കാട്ടാജിമൊഴിഞ്ഞുമെല്ലെ.
ഒന്നുണ്ടുകേൾക്കേണം ലീഡറോട്
മണ്ഡലുംമസ്ജിദും എന്തായാലും
ഞമ്മക്കറിയേണ്ടുംകാര്യമൊന്ന്
കച്ചോടം നന്നേബിസ്സേമാക്കാൻ
അച്ചാരം ഇപ്പോഴുറപ്പിച്ചേക്കാം
പണ്ടത്തെക്കാര്യങ്ങളോർമയില്ലേ
ചാക്കിരി, ബീരാൻ അവുക്കാദരും
ഓർക്കുന്നൊരണ്ടുകുവൈറ്റികളെ
അതുതാനേകേൾക്കുന്ന ലീഡർ താനും
ഇടവലംനോക്കിച്ചിരിയടക്കി
അക്കാലമോരോന്നുമോർത്തിടുമ്പോൾ
നാക്കിന്റെ തുമ്പത്തുവെള്ളമൂറും
കരിമ്പിന്റെ തോട്ടത്തിലാനപോലെ
മനംപോലെ മേഞ്ഞു നടന്നു നമ്മൾ
ഇടങ്ങറുനിൽക്കുവന്നുപോയാൽ
ഇനിയുമക്കാലംനിരീച്ചിടാമോ
ഹാജിയാരോതിക്കഴിയുംമുമ്പേ
പൊട്ടിച്ചിരിച്ചെഴുന്നേറ്റുകൊണ്ടേ
അപ്പോൾ പായുന്നു ലീഡർതാനും
ഒന്നുണ്ടുകേൾക്കണം ജോനകരേ
മുന്നണിവിട്ടുപുറത്തുപോയാൽ
പിന്നെയീവാതിൽ തുറക്കുകില്ല.
അതുതാനേ കേട്ടോരു ജോനകരും
അകനെഞ്ഞുപൊട്ടിപ്പറഞ്ഞുപോയി
ഏലംകുളത്തെകുറുമ്പനാര്
എളമുറക്കാരെ ഇളക്കാൻനോക്കി
ഓതിരം കടകം മറിഞ്ഞിടാനായ്
ഓതിയവാക്കിന്റെ വീര്യമാണ്.
ഈ മണ്ണും ഭൂമിയുമുള്ളകാലം
ഈ ഞങ്ങൾ എങ്ങുമേ പോകയില്ല
ഇതുതാനേകേട്ടൊരു ലീഡർതാനും
ഇളകിച്ചിരിച്ചുകൊണ്ടോതുന്നുണ്ടേ
ഒന്നുണ്ടുകേൾക്കേണം ജോനകരേ
അങ്ങുവടക്കൊരു പള്ളിപോയാൽ

അതിലെന്തുചേതമെൻ ജോനകരേ
ഞാനിങ്ങു ജീവനോടുണ്ടെന്നാകിൽ
ഇവിടൊരുപള്ളി വലിയപള്ളി
അതിവേഗം തന്നെപണിതുനൽകും
പണ്ടുനിലയ്ക്കൽക്കുരിശുകണ്ടോ-
രയ്യപ്പൻ പൂങ്കാവനത്തിൽപ്പോലും
പള്ളിക്കുവേണ്ടുന്ന കാര്യമെല്ലാം
ഉള്ളുതുറന്നുഞാൻ ചെയ്തതോർക്കൂ.
വിടചൊല്ലിവേഗം പടിയിറങ്ങി
തലതാഴ്ത്തിപ്പോകുന്ന ജോനകരും
"ജോനകർ പോയിമറഞ്ഞനേരം
ചിന്തിച്ചുലാത്തി നടന്നു ലീഡർ.
എന്മകനോമനപ്പൊന്മകനെ
പുത്തരിയങ്കം ജയിപ്പതിനായ്
കോഴിക്കോട്ടങ്ങാടീമാപ്പിളാര്
അവരല്ലോഅവനെത്തുണതുണച്ചു
ഒരുനാളുമതുഞാൻ മറപ്പതുണ്ടോ"
ഉമ്മറക്കോലായിൽ പമ്മിനിന്ന്
വിമ്മിവിതുമ്പി പണിക്കരാശാൻ
ഇതുതാനെകാണുന്ന ലീഡർതാനും
ഓടിയണഞ്ഞുകരം ഗ്രഹിച്ചു.
കേട്ടുവിലാപമായ് ലീഡറല്ലോ.
ഓരോന്നേപയ്യാരം ചൊല്ലി നിന്ന
പണിക്കരെ കെട്ടിപ്പുണർന്നുകൊണ്ടേ
എന്തിത്രനേരം പുറത്തുനിൽക്കാൻ
എന്നോടൊരുവാക്കുമിണ്ടിടാതെ
അപ്പോൾപ്പറയുന്നുപണിക്കരാശാൻ
നാടുഭരിക്കാൻ പിറന്ന ജാതി
നായരാണെന്നുമറന്നുപോയോ.
ഈഴവരാദിപിന്നാക്കമെല്ലാം
ഈ നാടും ദേശം മുടിക്കുന്നുണ്ടേ
ജില്ലാഭരണത്തിൻപേരുചൊല്ലി
എല്ലാമവരുപിടിച്ചടക്കി,
നായർകുലത്തിൽ ജനിച്ചനിങ്ങൾ
നാണക്കേടായിന്നുവന്നുകൂടി
മണ്ടത്തരങ്ങൾപലതുകാട്ടി
ചെണ്ടകൊട്ടിച്ചുനടപ്പു നിങ്ങൾ
അതുതാനേകേട്ടോരുലീഡർതാനും
അരുതരുതെന്നുവിലക്കുന്നുണ്ടേ

ഓടിക്കിതച്ചങ്ങുവന്നണഞ്ഞു
മരങ്ങാട്ടുപള്ളീലുണ്ണിക്കോനാരും
കുറ്റിക്കരിമീശചെത്തിച്ചേർത്ത്
അങ്കത്തഴമ്പുള്ള തൊണ്ടകീറി
ലീഡർക്കു സന്തോഷ വാക്കുചൊല്ലി
തൊഴുകൈയയോടെ നിന്നിതുണിക്കോനാരും
അതുതാനെകണ്ടൊരുലീഡർതാനും
എഴുന്നേറ്റുകൂപ്പിവണങ്ങുന്നുണ്ടേ
എങ്ങുന്നവന്നെന്റെ ഉണിക്കോനാരേ
ചിങ്ങോലിപ്പള്ളിക്കബെറിടത്തിൽ
ചെന്നുവണങ്ങിവരുന്നുഞാനും.
ഒന്നുണ്ടുകേൾക്കേണം ലീഡറോട്
പണ്ടത്തെ വേലനടക്കയില്ല.
ഉറക്കത്തിൽ നിന്നും വിളിച്ചുണർത്തി
പുലർച്ചയ്ക്കുസത്യപ്രതിജ്ഞചെയ്യാൻ
ഉടുപ്പിട്ടൊരുങ്ങിയിരുന്നൊരെന്നെ
ചതിച്ചതാരെന്നുമറന്നിട്ടില്ല
എന്നതുകേട്ടോരുലീഡർതാനും
പൊള്ളച്ചിരിയുംചിരിച്ചുനിന്നു
കേരളം വീണ്ടെടുത്തീടുവാനായ്
താമരക്കാരെ തഴുകീടേണം
അരമനകൂട്ടത്തിലുണ്ടെന്നാകിൽ
അണുപോലും സംശയമില്ലെനിക്ക്
ഉറുമിപരിച എടുത്തുകൊണ്ട്
പടകാളിമുറ്റത്തു ചാടിടേണം
അങ്കച്ചമയമെടുത്തുനോക്കി
അടിമുടിനിന്നു വിയർക്കുന്നുണ്ടേ
അങ്കത്തിനൊത്തചുരികയില്ല
ഉറുമിപരിചകളൊന്നുമില്ല
കളരിപരമ്പരദൈവങ്ങളേ
അടവുകളെല്ലാം മറക്കുന്നല്ലൊ
ഇനിയുള്ളകാലമിക്കേരളത്തിൽ
ഇടതിന്റെ കൊടി തന്നെ പാറുമെന്നോ?

7

ശ്രീരാമമന്ദിരം

രാമരാമാശ്രീരാമാസീതാരാമാരഘുരാമാ
നിനക്കുമന്ദിരമെവിടെ നിൻജന്മസ്ഥലമെവിടെ?
ആകാശത്തോ ഭൂമിയിലോ
കണ്ടവരാരുണ്ട്
അതുകണ്ടവരാരുണ്ട്
പ്രപഞ്ചമാകെനിറഞ്ഞവനെന്നും
പ്രണവസ്വരൂപനെന്നും
പണ്ടുമുതൽ അറിയുന്നുനിന്നെ
പാവപ്പെട്ടവർ ഞങ്ങൾ
ആദിമഹാകവി ആദ്യം ചൊല്ലിയ–
മന്ത്രം മാനിഷാദാ
അതിന്റെ ബീജാക്ഷരത്തിൽനിന്നു
പിറന്ന മഹാകാവ്യം
ആദിമഹാകാവ്യം – വിശ്രുത
വിശ്വമഹാകാവ്യം
നിൻചരിതാമൃതഗാനംപെയ്യും
വിശ്വമഹാകാവ്യം
അതിലുണ്ടെന്നുമഹാകവി ചൊല്ലിയ
നിൻപ്രിയമന്ദിരമെവിടെന്ന്
ഇന്നുമതോർക്കുന്നു ഞങ്ങൾ
എന്നുമതോർക്കുന്നു.
"സന്തുഷ്ടരായ്സമസൃഷ്ടികളാംബഹു
ജന്തുക്കളിൽദ്വേഷഹീനമതികളായ്
ശാന്തമായ് നിന്നെ ഭജിപ്പവർ നമ്മുടെ

സ്വാന്തംനിനക്കുസുഖവാസമന്ദിരം"
നിന്നെ മനസിൽ കൊണ്ടുനടപ്പവർ
എന്നും കുടിലിൽ, കൂരകളിൽ
അവരുടെ കാതിൽ മുഴങ്ങുന്നിപ്പോൾ
രാവണദുന്ദുഭികൾ
ഖരദൂഷണഭീഷണികൾ
ഉള്ളിൽ നിനക്കിടമേകാത്തവരുടെ
കള്ളച്ചൂതാട്ടം.
പള്ളിയുമമ്പലവും കൊണ്ടവരുടെ
അറുതിനിറയാട്ടം
അന്നൊരുതാപസശൂദ്രയുവാവിൻ
കഴുത്തറുത്തീടാൻ
നിന്നെക്കൊണ്ടുടവാളുചുഴറ്റി–
ച്ചവരുടെ വിളയാട്ടം
ശംബൂകന്റെ പരമ്പരയിവിടെ
തപസ്സുണർത്തെഴുന്നേൽക്കുന്നു
ശരതൂണീരമണിഞ്ഞൊരുസംക്രമ
സംഗരഭേരിയുമായ്
നന്മനിറഞ്ഞമനസുകളിൽ
തിന്മയകന്ന മനസുകളിൽ
ഉണ്മനിനക്കുണ്ടെന്നറിയുന്നവർ
ഒന്നായുണരുന്നു
മതഭേദങ്ങൾ, നിറഭേദങ്ങൾ
തരഭേദങ്ങൾക്കെതിരേ
മാനവജീവിതമഹിതോദാര
മഹാമന്ത്രങ്ങളുമായ്
രാമരാമശ്രീരാമാ
സീതാരാമാരഘുരാമാ
നിനക്കുമന്ദിരമെവിടെ
നിൻ ജന്മസ്ഥലമെവിടെ.
ആകാശത്തോ ഭൂമിയിലോ
കണ്ടവരാരുണ്ട്–
ഇത് കണ്ടവരാരുണ്ട്.

8

ഭൂമിയിൽ സ്വർഗം പണിയുക

നിശിതനിർദ്ദയമർദ്ദനോഗ്ര
കരാളഭീകരദണ്ഡനീതികൾ
നിസ്വരാക്കി
നിശ്ശബ്ദരാക്കിയ
മർത്യജീവിത... ഗദ്ഗദങ്ങൾ
നിങ്ങളൊരുനേരറിയുക
നിങ്ങളീനേരറിയുക
നിഖിലവിശ്വവിഭൂതികൾക്കും
നിറവണയ്ക്കുന്നുറവുനിങ്ങടെ
ഹൃദയധമനികളുരുകിവാർന്നിടു
മരിയചൈതന്യം
അത്ഭുതസർഗചൈതന്യം
കടലിനടിയിലുമതിനുമീതെയും
മദ്രിമൗലിയിലകലെഗഗനപഥങ്ങളിൽ
നെബുലക്കടൽക്കരെ
ഇപ്രപഞ്ചമടക്കിയുദ്രസ–
മുദ്ഗമിച്ചുയരുന്നിതേത–
ധാനചൈതന്യം;
അധ്യാനചൈതന്യം.
അതിലുയിർകൊള്ളാത്തതായി
ല്ലൊന്നും അരുണമയൂഖമാലകൾ
മിഴിതൊടാതുണരുന്നതില്ലൊരു
പുൽക്കൊടിത്തുമ്പും
അതുകണക്കീക്ഷിതിതലത്തി–
ലനന്തകോടിസമൃദ്ധിപൂക്കുവ
തടിമതൊട്ടയുഗങ്ങളായ്

ഇന്നോളമുടലുംതലയുമൊന്നായ്
ഉരുകിയുരുകിയെരിഞ്ഞിടുന്ന
പ്രയത്നശക്തിയിലിതൾ വിരിഞ്ഞവ
യല്ലിനാനാഭുവനശോഭകളും
നാടിൻപൂരിഭൂതികളും
നിങ്ങളറിയുക നിങ്ങളറിയുക
നിങ്ങളാണിതിനുടമകൾ
നിങ്ങളറിയുകനിങ്ങളല്ലാ-
താരുമല്ലിതിനുടമകൾ
കൽത്തുറുങ്കുകൾ കഴുമരം തുട-
ലൊക്കെനിങ്ങൾ ചമച്ചൊരുക്കി
യതിൽക്കിടന്നുഴലുന്നു പണ്ടു
കിടന്നുഴന്നു മുടിഞ്ഞൊടുങ്ങിയ
ത്രെത്രതലമുറ: അക്കമിട്ടു
പറഞ്ഞിടാനെളുതോ.
ഇക്കണക്കിനിയൊക്കുകില്ലിനി
എനിയൊക്കുകില്ലിതി
നറുതികാണുവതിന്നുവേണ്ടി
മരിക്കുവാനുമൊരുക്കമാണെ-
ന്നബ്ധിവീചികണക്കിനൊത്തൊരു
ശബ്ദമായുണരൂ.
ഒരുശക്തിയായുയരൂ
നിങ്ങളറിയുകയില്ലനിങ്ങളെ-
യെന്നതറിയുകദേശകാലം.
വെന്നിടുന്നസമസ്യയായതു
നിന്നിടുന്നതുമറിയുക.
ചുട്ടുപൊള്ളുമൊരറിവിതിൽ തിരി.
വെട്ടമിത്തിരിതൊട്ടെടുത്തു.
കരൾക്കുടന്നയിൽ വയ്ക്കുകിൽ.
ഗതിമുട്ടിനിൽപ്പവരൊക്കുകിൽ.
തിട്ടമന്നുമനുഷ്യവർഗമൊരുമിവിടെ-
യനശ്വരം: അവിതർക്കിതം
ഒരു സ്വർഗമെന്നതുസത്യമായ്.
ഇല്ലകില്ലെന്നറിയുക
അതിനില്ലകില്ലെന്നറിയുക.
നിശിതനിർദയമർദനോഗ്ര
കരാളഭീകരദണ്ഡനീതികൾ
കുടിലദുഷ്ടനിഷാദവാഴ്ചകൾ
ചുടലതീർത്തതിലുരുകിയമരും
ശപ്തജീവിതഗദ്ഗദങ്ങൾ
നിങ്ങളീനേരറിയുക
നിങ്ങളീനേരറിയുക.

9

കുഴലൂത്തുകാര്‍*

കുഴലൂത്തുകാരവര്‍ മഹാബുദ്ധിജീവികള്‍!
പുരമുകളില്‍നിന്നു കൂവുന്നു
പൊളിയുന്നവേലിയുടെ
പൊരുളേതുമറിയാതെ
പോഴത്തമോതിനില്‍ക്കുന്നു
ഇടിയുന്നുമതിലുകള്‍,
പടിഞ്ഞാറുപാടത്തുമടവീണി
തയ്യയ്യടാഎന്നുതലയാട്ടി
ധനദുര്‍ഗയുടെ മുലക്കച്ചെതന്‍ ചെകിടിച്ച
മണമോര്‍ത്തുമതിനെ വാഴ്ത്തിക്കൊണ്ടുമെപ്പോഴും
സത്യത്തെമുടിവെയ്ക്കാന്‍ പേനയുന്തുന്ന
മൃത്യുപ്പൂജക്കാര്‍ നിരന്നു.
തുടലുകളില്‍ അടികൊണ്ടിഴഞ്ഞും പിടഞ്ഞും
കഴുവുകളിലേറിയുംകുരിശുകള്‍ചുമന്നും
കൊടിയദുരിതങ്ങളുടെ കുഴികളില്‍ വീണടി
ഞ്ഞൊരുപാടുതലമുറയൊടുങ്ങി.
പിഴുതെറിഞ്ഞില്ലെത്രനാവുകള്‍
പ്രതിഷേധമൊഴി
ഗദ്ഗദങ്ങളിലുടങ്ങുവീഴ്കെ
കനിവിനുകരള്‍ക്കുമ്പിള്‍ നീട്ടിനില്‍ക്കും
ദൈന്യമിഴികളും ചുഴ്ന്നിതെത്രയെത്ര.

---

* സോവിയറ്റുറഷ്യയുടെ പതനം–മാധ്യമങ്ങളില്‍ വന്നപ്പോള്‍– 1989 ആഗസ്റ്റില്‍

മത്തടിച്ചാർത്തുമൃതിനൃത്തംചവിട്ടി
കൊടുവിത്തപ്രതാപങ്ങളെങ്ങും
ഒടുവിലീയിരുപതാംശതകമെത്തീമുഖ
പടമൊട്ടുനീക്കിയതുകണ്ടു.
ഭൂമണ്ഡലത്തിൽ ചരിത്രഗർഭത്തിൽനി
ന്നുരുൾപൊട്ടിയുഗസത്യദീപ്തി.
ഒരുകോടിസൂര്യപ്രകാശത്തിലന്നാദ്യ
മശണരധീശരായ് മാറി.
അടിമുടിതരിച്ചുനിന്നിരുളിന്റെ തടവറകൾ
അടിയാളർതള്ളിത്തുറന്നു
നഷ്ടപ്പെടാനുള്ളചങ്ങലകളൊക്കെയും
പൊട്ടിത്തെറിച്ചുരണ്ടഭുവിൽ.
സോവിയറ്റിൻഹൃദയതാളം മനുഷ്യകുല
ജീവന്റെതാളമായ് മാറി.
ഓളങ്ങളൊരുകോടിനാവുകളിലീവീര
ഗാഥകൾപാടുന്നുവോൾഗാ
രവിണ്ഡലംചെറ്റുമറയുന്ന ഗ്രഹണത്തി
ലതു കണ്ടുസൂര്യനിവിടസ്തമിച്ചെന്നോർത്തു
പെരുവഴിയിലേക്കിറങ്ങീടുവാൻ വെമ്പുന്ന
കുറുനരികളറിയുന്നഛരം...!
കുഴലൂത്തുകാരവർ–
"മഹാബുദ്ധിജീവികൾ
പുരമുകളിൽനിന്നുകൂവുന്നു.
പൊളിയുന്നവേലിയുടെ
പൊരുളേതുമറിയാതെ
പോഴത്തമോതിനിൽക്കുന്നൂ."

10
ഞങ്ങളിവിടുണ്ട്

ഞങ്ങളിവിടുണ്ടറിക നിങ്ങളുടയോരേ
ഞങ്ങളിവിടീനല്ലമണ്ണിന്റെയാരോമ–
ലുണ്ണിക്കിടാങ്ങളിവിടുണ്ട്
ഞങ്ങളിവിടുണ്ട്.
ഇരുളാണ്ട ഖനികളിൽ,
വനഗഹരങ്ങളിൽ
ഉരുകിത്തിളയ്ക്കുന്നയന്ത്രകുടങ്ങളിൽ.
ഉഴുതുമറിയുംചേറിൽ
ആലകളിൽ മുക്കുവച്ചാളയിൽ
മലമുകളിൽ – അലകടലിൽ എവിടെയും
നാടിന്റെ സിരകളിരമ്പുന്ന വിപ്ലവ
ജ്വാലാകലാപമായ് ഞങ്ങളുണ്ട്.
ഇവിടെ ഞങ്ങളുണ്ട്.
അന്ധകാരത്തിന്റെ കത്തിയുംതാടിയും
വിസ്ധ്യനു വടക്കുനിന്നാടിമറിക്കവേ
പ്രാണനും ചോരയും കൊണ്ടിവിടെ നിർമിച്ച
മാനവത കാക്കുവാൻ ഞങ്ങളുണ്ട്
ഇവിടെ ഞങ്ങളുണ്ട്.
ഇവിടെയീമണ്ണിൻ ആത്മാവിൽ നിന്നരിയ
ണശംഖമൂതിയുയിരാളും വിഭാതാർക്ക
ശോണപ്രഭാതപ്രകാശക്കുതിപ്പിൻ മു–
ഹൂർത്തം കുറിക്കുവാൻ ഞങ്ങളുണ്ട്.
ഇവിടെ ഞങ്ങളുണ്ട്.
ഞങ്ങളിവിടുണ്ടറിക നിങ്ങളുടയോരേ.
ഞങ്ങളിവിടീനല്ലമണ്ണിന്റെയാരോമ
ലുണ്ണിക്കിടാങ്ങളിവിടുണ്ട്

11

മനുഷ്യൻ നന്നായാൽ മതി

മതമേതുമാകട്ടെ മാനുഷ്യൻ നന്നാകിൽ
മതിയെന്ന ഗുരുവാക്യമുരുവിട്ടനാട്ടിൽ
മതവൈരവിഷധൂളിവിതറുവാൻ നോക്കേണ്ട
മതികെട്ടകൂട്ടരേ നിങ്ങൾ
ഒരു ജാതി ഒരു മതം ഒരു ദൈവമെന്നറിയ
ഗുരുവാക്യമിന്നിതൊരുയുഗമുദ്രാവാക്യം
നിഗമാഗമങ്ങളിൽ കതിരിട്ടചിന്തയുടെ
നിറകാന്തിചിന്തുന്നവാക്യം
പാറിപ്പറക്കുന്നു പലപറവജാതികൾ
പാടത്തുകതിർമണികൾതേടി
കൂടപ്പിറപ്പുപോൽമേലുരുമിമേയുന്നു
കാലികൾകലമ്പലില്ലാതെ.
മധുരമാവാക്യമീഭൂഗുരാമഭൂമിയുടെ
ഗതിമാറ്റിയതുണ്ടങ്ങളറിവു
ഇവിടില്ല മതഭേദമിവിടില്ല നിറഭേദം
ഇവിടുള്ളതൊരുവർഗഭേദം
ഒരുമയുടെ ഇളനീർ നുകർന്നു മതസൗഹൃദ
പ്പെരുമയുടെ പേരാറ്റിൽ നീന്തി.
കുളിർചന്ദനം പൂശി മണിശംഖമുതിയും
മലമുകളിലെത്തുന്ന പവനൻ
പൂങ്കാവനം ചുറ്റി ബാബരെത്തഴുകിയും
പമ്പയുടെ പുളിനങ്ങൾപൂണ്ടും
കുരിശിന്റെ നിഴൽവീണ ഹൃദയങ്ങൾ തേടിയാ
മാരാമണ്ണിൽ പറന്നെത്തി–

കൊന്തയും പൂണൂലുമന്തരംഗങ്ങളിൽ
ചിന്തുന്നു മാനവസ്നേഹം
വിന്ധ്യനാവടക്കുനിന്നെത്തുന്ന കാറ്റിലോ
അന്ധമതബോധനചിന്തനങ്ങൾ
കത്തും മനുഷ്യമാംസത്തിൽ മണംപേറി
യെത്തുന്ന കാറ്റേ വിഷക്കാറ്റേ
നിന്റെ രഥചക്രമുരുളുമ്പൊഴീ നാടിന്റെ
നെഞ്ചിന്റെ കൂടു തകരുന്നു.
മതമേതുമാകട്ടെ മനുഷ്യൻ നന്നാകിൽ
മതിയെന്നഗുരുവാക്യമുരുവിട്ടനാട്ടിൽ
മതവൈരവിഷധൂളിവിതറുവാൻ നോക്കുന്ന
മതികെട്ട കൂട്ടരേ നിങ്ങൾ.

12

തിരഞ്ഞെടുപ്പുശരണമന്ത്രം

തിരഞ്ഞെടുപ്പീക്കുറികളിനമെന്റന്തപ്പാ
ജാതിമതമേ ശരണമെന്റന്തപ്പാ
ഇടവകയടിവാരം ശരണമെന്റന്തപ്പാ
കരയോഗമഖിലം കറങ്ങിഞാനന്തപ്പാ
പണിക്കരുതുണയ്ക്കുണ്ടെന്നുറപ്പുണ്ടെന്റന്തപ്പാ
പണിക്കർക്കുതിരിച്ചെന്തുകൊടുക്കുമെന്റന്തപ്പാ
പെരിസ്ട്രോയിക്കാ കണ്ടുപിടിച്ചിട്ടു റബ്ബറായ്
മുളപ്പിച്ചുവളർത്തുന്നോൻ തുണയ്ക്കുണ്ടെന്റന്തപ്പാ
മുഖംകുത്തിവീർത്തെത്തിന്നിരിക്കുന്നെന്റന്തപ്പാ
നിനക്കുണ്ടെന്നാകിലും എനിക്കുണ്ടോപിണക്കം
ഇടയ്ക്കിടയ്ക്കാദർശം തികട്ടുന്നൊരന്തപ്പാ
വഴിതെറ്റിനടന്നൊട്ടുകുഴഞ്ഞപ്പോളൊടുക്കം
കയർമെത്തവിരിച്ചുസ്വീകരിച്ചില്ലെയന്തപ്പാ
ഐ എന്നാൽ മലയാളം ഞാനെന്നാണന്തപ്പാ
നീയും ഞാനും ഒന്നല്ലെന്റന്തപ്പാ
ഒന്നല്ലെന്നാകിലും രണ്ടല്ലെന്തപ്പാ
മുൻപും പിൻപും താങ്ങികൊള്ളന്തപ്പാ
ഒന്നേആൺതരി എനിക്കെന്നതോർക്കൂ
അവനൊരുപിടിവള്ളികൊടുത്തുഞാനന്തപ്പാ
ബദരീങ്ങളെവിട്ടുകളിയില്ലെന്നാലും
അവരെയുമിനിമേൽ നമ്പിക്കൂടന്തപ്പാ
വടക്കോട്ടുനോക്കുമ്പം ഭയപ്പെടെന്റന്തപ്പാ
വോട്ടിന്റെ ഫലമെനിക്കോർക്കുമ്പം നടുക്കം
തരപ്പെട്ടാൽ താമരകൈയെത്തിപ്പിടിക്കാം
അവരേനമുക്കെന്നും ശരണമെന്റന്തപ്പാ.
തഞ്ചത്തിൽ നീങ്ങാൻ മടിക്കേണ്ടെന്റന്തപ്പാ

13

കൊയ്ത്തുപാട്ട്

പുന്നെല്ലു പഴുത്തുവിളഞ്ഞല്ലൊ
തകതൈയ്യംതാരേ
തെയ്യാരേ...പവിഴക്കതിർമണി
കൊയ്യാൻ വായോ– (പുന്നെല്ലു)
കരിമാടിക്കുട്ടന്മാരേ–കരിമണ്ണിൽ കളമൊഴിമാരേ
പൂക്കൈയ്ത വരമ്പത്തിനിയും
കാത്തിരിക്കുവതാരേ...
കാത്തിരിക്കുവതാരേ...
അധികാരക്കതിർമുടി കൊയ്യാം
ആദ്യം നമ്മക്കൊന്നായ്–
അന്നല്ലൊ നമ്മുടെ നാട്ടിൽ
പൂത്തിരുവാതിരനൃത്തം
പുന്നെല്ലു പഴുത്തുവിളഞ്ഞല്ലൊ
തകതൈയ്യം താരേ–
തൈയ്യാരേ പവഴിക്കതിർമണി
കൊയ്യാൻ വായോ.

14

പുതുശക്തി

(1987 ലെ എൻ ജി ഒ യൂണിയൻ രജതജൂബിലി സമ്മേളനത്തിനുശേഷമെഴുതിയ പാട്ട്)

പാഴിരുൾ മൂടിയും
പാഴ്ച്ചിതൽ കേറിയും
പൊയ്പ്പോയകാലത്തിൻ
മാറാലചൂടിയും
ഭരണത്തിൻ യന്ത്രങ്ങൾ
തിരിയുന്നൊരിടനാഴി–
ത്തടവറയിൽ തേങ്ങിക്കിടന്നോർ
വിരൽ ചുണ്ടിലമർത്തിക്കൊാ–
ണ്ടധികാരത്തിരുമുമ്പിൽ–
വിറപൂണ്ടുത്തരവു–ഉത്തരവോതീ
തിരുവാഴിന്താന്മാരുടെ–
തിരുവായ്ക്കെതിർവാ ചൊല്ലാ–
നടിമകളായ് പണി ചെയ്തോരല്ലോ.
പണ്ടടിമകളായ് പണിചെയ്തോരല്ലോ.
(പാഴിരുൾ മൂടിയും...)
കടലാസിൻ കൂനകളിൽ പണിചെയ്തു തളർന്നാലും
കുടവും കണ്ണീരുമായ് നീറി–കൈമുതലായ്
കടവും കണ്ണീരുമായ് നീറി–
വെള്ളക്കോളറിനുള്ളിൽ വേദനകൾ കനലുകളായ്
ഉള്ളിൽ തീമല നിന്നു പുകഞ്ഞോർ–
കനലെരിയും കരളിൻ തീയുലയൂതിയുണർത്തി
പ്പൊൻകതിർ വീശും തെളിനാളത്തീപ്പന്തവുമായ്
രണ്ടുവിൻ പുളകച്ചാർത്തണിയും കുങ്കുമവർണ
ക്കൊടികളുമായൊരു ശക്തിയുണർന്നു

ചെങ്കൊടികളുമായൊരു ശക്തിയുണർന്നു.
(പാഴിരുൾ മൂടിയും...)
ഇടനാഴിക്കുടുസ്സുകളിൽ കുടി പാർത്തു വിഷം ചീറ്റിയ
കരിനാഗത്താന്മാർ തലതാഴ്ത്തി
രണ്ടു പതിറ്റാണ്ടിനു മുൻപീനാടിൻ ചലനത്തിൽ
എഞ്ചിനോ പുതുശക്തി പകർന്നു
എരിതീക്കതിർമുടി ചൂടിയ
ചോരമണിക്കൊടികളുമായ്
രണധീരതയുടലാർന്നു കുതിച്ചു നാടിൻ
ജനകോടികളോടൊത്തു ജയിച്ചു.
(പാഴിരുൾ മൂടിയും...)

15

യുഗസംക്രമം

ഈ യുഗസംക്രമ രണദുന്ദുഭികേ
ട്ടുണർന്നെണീറ്റവർ ഞങ്ങൾ.
ഈ യുഗ ചേതന പുൽകിയുണർത്തിയ
പുല്ലാങ്കുഴലുകൾ ഞങ്ങൾ
വിശ്വചരിത്ര പഥങ്ങളിൽ മുന്നോ-
ട്ടാഞ്ഞു കുതിപ്പൂ ഞങ്ങൾ
അക്ഷയ വിപ്ലവശക്തി തുടിക്കും
അക്ഷരൂപിണികൾ ഞങ്ങൾ
മരണത്തിന്റെ മുഖത്തുചവിട്ടും
മാനുഷ ശക്തികൾ ഞങ്ങൾ
മനുഷ്യമോചനസമരമുഖങ്ങളിൽ
അഗ്നിജ്വാലകൾ ഞങ്ങൾ
പുതിയൊരു നവ ജീവിതധർമം
വിതച്ചുകൊയ്യും ഞങ്ങൾ
പ്രപഞ്ചഗോപുര നടയിലുയർത്തും
പ്രഭാതശംഖധ്വനികൾ.
പ്രഭാതശംഖധ്വനികൾ.

16

തെന്നലിനോട്*

പൂവനങ്ങളെ പുൽകിമെയ്തള-
ർന്നോടിവന്നൊരുതെന്നലേ.
പാരിജാതമലർവനിയിലോ-
നീയുറങ്ങിയതിന്നലെ-
നീയുറങ്ങിയതിന്നലെ
ദേവഗംഗതന്മാറിലിക്കിളി
പൂവിടർത്തിയ തെന്നലേ-
നിന്റെ നാട്ടിലേക്കെന്നെയും കൂടി
ഒന്നു കൊണ്ടു പോയീടുമോ
ഒന്നു കൊണ്ടു പോയീടുമോ
കണ്ണുനീരു ഘനീഭവിച്ചൊരീ
മണ്ണിലെന്തിനു വന്നുനീ
എന്റെ സ്വപ്ന കുടീരകങ്ങളിൽ
നിന്നു നീയിനിപ്പോയിടു-
നിന്നു നീയിനിപ്പോയിടു
പൂവനങ്ങളെപ്പുൽകി മെയ്തള-
ന്നോടി വന്നൊരുതെന്നാലേ
പാരിജാതമലർവനിയിലോ
നീയുറങ്ങിയതിന്നലേ
നീയുറങ്ങിയതിന്നലേ!

* നാടകഗാനം

17

മനുഷ്യക്കോട്ട

കോട്ടമനുഷ്യക്കോട്ട–ഈ
നാട്ടിലുയർത്തും കോട്ട
കേട്ടോ കേട്ടോ നാട്ടാരേ– ഇതു
കേട്ടോ കൂട്ടാരേ നിങ്ങൾ
കേട്ടോ കൂട്ടാരേ.
കേട്ടിട്ടുണ്ടോപണ്ടിതുപോലൊരു
കോട്ട പടുത്തതു നാട്ടിൽ
കോട്ടയിലേക്കു കുതിക്കാം കൊടികളു
മാർപ്പും കൂരവയുമായീ
കട്ടകളില്ലാ കല്ലില്ലാ മ–
ണ്ണിഷ്ടികയില്ല സിമന്റില്ലാ
അട്ടിയിലട്ടിയിലാളുകൾ കുമിയും
മർത്യ മതിൽക്കെട്ട്–കേരള
മർത്യ മതിൽക്കെട്ട്
കോടി ശിരസ്സുകളോടേ
കോടിമനസുകളോടേ
കോടിക്കോടി കൈകളുയർത്തും
കോട്ടയിലേയ്ക്കണിചേരാം
വടക്കുവാഴും വൈശ്രവണൻ
എലിയും പുലിയും തിരിയാത്തോൻ
പിച്ചത്തെണ്ടികളെന്നു വിളിച്ചതു
മക്കൾ മറക്കില്ല കേരളമക്കൾ മറക്കില്ല.
കേരള വീരയുവത്വം സ്വച്ഛം
നേടിയ ധീര പട്ടത്തം

നാടിൻ മോചന വീഥിയൊരുക്കും
പടയാളികളുടെ ദുർഗം.
ഞങ്ങടെ കണ്ണിൽ കരളിൽ തെളിയും
യുഗസംക്രാന്തി വെളിച്ചം
അക്കതിർവെട്ടപ്പൊലിമയിലൊരുനവ
ഭാരതമുണരട്ടെ.
ഹിമഗിരിക്കൂടമൊരുക്കിയ കോട്ടകൾ
നിന്നു നടുങ്ങട്ടെ
മനുഷ്യ പർവതനിരയീ മണ്ണിൽ
കിളിർത്തു പൊങ്ങട്ടെ
മസ്സൂരിവിത്തുകൾ മനസിൽ വിതയ്ക്കും
മത വർഗീയത ജാതി.
അതിൻ വിഷക്കാറ്റൂതുമിരമ്പം
കേൾക്കുന്നു നാടെങ്ങും
മാനുഷരെല്ലാമൊന്നായ്മേവിയ
മാബലിനാടേ മലനാടേ.
കൊളുത്തി ഞങ്ങൾ നിന്നാത്മാവിൽ
നിന്നൊരു കൈത്തിരി വെട്ടം
ഈ തിരി വെട്ടമൊരക്ഷയവിദ്യുത്
പ്രകാശമായ്തീരട്ടെ.
കോട്ട മനുഷ്യക്കോട്ട
നാട്ടിലുയർത്തുംകോട്ട

18

മനുഷ്യൻ*

മനുഷ്യൻ! എത്രമനോഹരമാണീ
മനുഷ്യനെന്ന പദം
മഴവില്ലിന്റെ നൂറുങ്ങുകൾ കൊണ്ടേ–
മനസ്സുതീർത്ത മനുഷ്യൻ മന്നിനു
മനസ്സുതീർത്ത മനുഷ്യൻ
മഞ്ഞിൻ മലയുടെ മടിയിൽ ആദ്യം
കണ്ണുതുറന്നെഴുന്നേറ്റു
പർണകുടീരം തീർത്തു പിന്നെ–
പലനാടവിടെപ്പാർത്തു
മരവുരിചാർത്തിയിരുന്ന മനുഷ്യൻ
മനനം ചെയ്തുയുഗങ്ങൾ...
തന്നെത്തേടിതപസ്സു ചെയ്തൊരു
താമരവള്ളിക്കുടിലിൽ
താനാരെന്നതറിഞ്ഞു ബ്രഹ്മം
താനാണെന്നു മറിഞ്ഞു
കരണ പ്രതികരണങ്ങളിലൂടെ
വളർന്നു മനുഷ്യനുണർന്നു
അറിവിന്നുറവുകൾ തേടീ അവ–
നഗ്നികിരീടം ചൂടി
അരുണമയൂഖരഥങ്ങളിലേറി
ഗഗനപഥങ്ങളിലോടി.
അണ്ഡകടാഹ തിരുമുടി ജടകളി–

ലവന്റെ കൈവിരലോടുമ്പോൾ
പ്രപഞ്ചമാകെ മുഴങ്ങുന്നുണ്ടൊരു
താളലയശ്രുതിമേളം
ഒരു മന്ദ്രമഹാസംഗീതം
അവന്റെ പൊക്കിൾക്കൊടി പണ്ടിവിടെ
കൊഴിഞ്ഞു ശ്രുതിയായ് — സ്മൃതിയായ് —
അതിനെത്തേടുവതെന്തിനു വെറുതേ
അരയാൽ തറകളിലിന്നും
ഈ അമ്പലനടകളിലിന്നും.

19

മാനം ചൊവക്കണ്

മാനം ചൊവക്കണുണ്ടേ
മാമലയ്ക്കപ്പുറത്ത്
മാനം കറക്കണല്ലാ
മാമലയ്ക്കിപ്പുറത്ത്
ആമല ഈമല ആളുകേറാമല
ആയിരം കാന്താരിപൂത്തിറങ്ങി
ഒരായിരം കാന്താരി പൂത്തിറങ്ങി
മാനം ചൊവക്കണുണ്ടേ–
മാമലയ്ക്കപ്പുറത്ത്–
മാനം കറക്കണല്ലാ–
മാമലയ്ക്കിപ്പുറത്ത്–
കാട്ടുപൂഞ്ചോലയിൽ കണ്ണാടി നോക്കണ
കാക്കക്കറുമ്പികളേ
കുന്നിക്കുരുമണിമഞ്ചാടിമാലയും
കമ്മദപ്പൊട്ടുമായ് കാളിയും നീലിയും
വായോ ആടിയും പാടിയും വായോ.
വെള്ളിക്കൊലുസിട്ട വെള്ളാരം കുന്നിലെ
ചെല്ലക്കളിത്തോഴിമാരേ
ത്തേപ്പൻകാവിലെ കുത്തിയോട്ടത്തിനു
നൈത്തിരി കോൽത്തിരി കത്തിച്ചു വായോ
തെയ്യകം തെയ്യകം തെയ്യകം താരോ
തേനും നെയ്യും തെരഞ്ഞു നടക്കുന്ന
തേവടിശ്ശിക്കാറ്റേ.
മുത്തപ്പൻകാവിലെ ചുറ്റുവിളക്കിനു

മുത്തം കൊടുക്കുവാനെത്തുന്ന കാറ്റേ
താളവും മേളവും തയ്യോ
മുട്ടോളം കൈനീണ്ട മുത്തിപ്പെരുമനും
മൂവന്തിനേരത്തുവന്നേ.
ആഴക്കും മൂഴക്കും കഞ്ഞിയും മോന്തി
അടിയാളരെമാരുംവന്നേ
മുത്തപ്പൻ തിന്തകത്തോം മല
മുത്തപ്പൻ തിന്തകത്തോം.

20

സാക്ഷരതാഗാനം*

അക്ഷര മറിവിൻ താക്കോലാണെന്ന–
റിയുക സോദരരെ
അക്ഷയ നിധിയതു നേടീടായ്കിൽ
നിഷ്ഫലമീ ജന്മം
അറിയാനും പുനരറിയിക്കാനും
പൂർണത നേടാനും
സാക്ഷര കേരളയജ്ഞത്തിൽ
സ്വയമർപ്പിക്കുക നമ്മൾ
സ്വയമർപ്പിക്കുക നമ്മൾ.

* കേരളം സമ്പൂർണ സാക്ഷരതായജ്ഞ പ്രവർത്തനത്തിൽ ഏർപ്പെട്ട സമയത്ത് രചി
ച്ചത്.

21

ഉത്തിഷ്ഠത, ജാഗ്രത!

വിശ്രമിക്കാനില്ല സമയം സഖാക്കളെ
ഉത്തിഷ്ഠത, ജാഗ്രത! (2)
മതജാതിവർഗീയ വിഷവായുചീറ്റുന്ന
ഫണമാടിനിൽക്കുന്നു ചുറ്റും
തുടലൂരിയെറിയൂ കുതിക്കൂ സഖാക്കളേ
പടകുടീരങ്ങൾ ഉണരട്ടേ
ചൊൽകൊണ്ടനാടിൻ മുഗ്ധസങ്കൽപ്പങ്ങൾ-
ഒക്കെ പകുത്തെടുക്കുന്നു.
പെറ്റനാടിൻ അരുമമക്കളേ വേർപ്പിന്റെ-
മുത്തുമണി ചാർത്തും കരുത്തുകളേ.
(വിശ്രമിക്കാനില്ല...)
പടകാളി മുറ്റങ്ങൾ ചെകിടോർത്തിരിക്കുന്നു
രണധീരരെത്തുവാനിവിടെ
ഇരുളാണ്ട നൂറ്റാണ്ടു പലതു പിന്നിട്ടവർ
ഒരു നവയുഗശക്തി നമ്മൾ
ഒരു നവയുഗശക്തി നമ്മൾ
ചൊൽകൊണ്ടനാടിൻ മുഗ്ധസങ്കൽപ്പങ്ങൾ-
ഒക്കെ പകുത്തെടുക്കുന്നു.
പെറ്റനാടിൻ അരുമമക്കളേ വേർപ്പിന്റെ-
മുത്തുമണി ചാർത്തും കരുത്തുകളേ.
(വിശ്രമിക്കാനില്ല...)

22

മൗനങ്ങളെ...*

മൗനങ്ങളെ ചടുലവാചാലമാകൂ
നൈരാശ്യതെ ശുഭമഹാമോഹമാകൂ
ധൈര്യങ്ങളെ ചലനമാകൂ
നിഷാദന്റെ നീതിശാസ്ത്രങ്ങൾ
തിരുത്തിക്കുറിക്കൂ...(2)

(മൗനങ്ങളെ...)

ചിതലരിച്ചീടുന്ന സിംഹാസനങ്ങളെ
ചിതയിലേക്കെറിയുവാൻ പോരൂ... (2)
തൂവലും തുടിയുമായ് വീണമീട്ടിക്കൊണ്ട്
തുയിലുണർത്താനെത്തി ഞങ്ങൾ. (2)
ഓാ... ഓാ... ഓാ...

(മൗനങ്ങളെ...)

---

* കോട്ടയം ദേശാഭിമാനി തിയേറ്റേഴ്സ് അവതരിപ്പിച്ച *ദൈവം ചിരിക്കുന്നു* എന്ന നാടക
ത്തിനുവേണ്ടി എഴുതിയ ഗാനം.

23

ഒന്നേ ഒന്നാണേ

ഒന്നേ ഒന്നാണേ-ആകാശ-
മൊന്നേ-ഒന്നാണേ
ഒന്നേ ഒന്നാണേ-ഭൂമിയു
മൊന്നേ ഒന്നാണേ
ഒന്നേ ഒന്നാണേ-സൂര്യൻ
ഒന്നേ ഒന്നാണേ
ഒന്നേ ഒന്നാണേ-വായു
ഒന്നേ ഒന്നാണെങ്ങും-വെള്ളം
ഒന്നേ ഒന്നാണേ
പഞ്ചഭൂതങ്ങൾ തൻ സഞ്ചിതാകാരമാ-
യഞ്ചാതെകാണും മനുഷ്യനൊന്നാണേ
കണ്ണും-കാതും-കരളുമെന്നല്ലീ
മണ്ണും-വായും-വയറുമൊന്നാണേ
വീർപ്പും വിയർപ്പും ചിരിയും കരച്ചിലും
ഓർക്കിലൊരേ ഭാവമെങ്ങും
ഒന്നേ ഒന്നേ ഒന്നാണു ദൈവമെ-
ന്നെല്ലാ മതങ്ങളും ചൊല്വൂ
പിന്നെന്തിനുന്മത്തരോഷ കാലുഷ്യങ്ങൾ
മന്നിലീ മർത്യൻ വളർത്തീ
ഇക്കണ്ടലോകങ്ങളെല്ലാമൊരേമൂല
സത്യത്തിൽനിന്നുത്ഭവിച്ചു.
യാതൊന്നു കാണുന്നു കേൾക്കുന്നറിയുന്നു
നാനാപ്രകാരത്തിലെത്താൻ
എല്ലാമൊരുണ്മയിലൂന്നിയുരുവമായ്
ഫുല്ലമായ്നിൽക്കുന്നിതല്ലോ.

24

എൻ ജി ഒ യൂണിയൻ ചരിത്രഗാഥ

(1987 ലെ ജൂബിലി സമ്മേളനത്തിൽ സമർപ്പിച്ചത്)

എന്നാലിനിയൊരു കഥയുരചെയ്യാം
നന്നായ് കേൾക്കുക നാട്ടാരെല്ലാം
എൻ ജി ഒ മാരെന്ന സമൂഹം
നെഞ്ചു പുകഞ്ഞു കഴിഞ്ഞൊരു കാലം;
പത്തിരുപത്തഞ്ചാണ്ടുകൾ മുമ്പു ച–
രിത്രത്തിൽ കതിർവെട്ടം ചിന്നി
പ്പൊട്ടിവിടർന്നു വളർന്നു പടർന്നൊരു
പ്രസ്ഥാനത്തിൻ കഥ ഇതു കേട്ടാൽ
ഇഷ്ടപ്പെടുമെല്ലാർക്കുമതെന്നു നി–
നച്ചിട്ടല്ല പറഞ്ഞീടുന്നു.
ലക്ഷം നാലരയുള്ള ജനത്തിൻ
രക്ഷാകവചമൊരുക്കിയെടുക്കാൻ
പെട്ടൊരു പാടിൻ കഥയാണിത്തിരി
കേട്ടാലാർക്കും കുറവല്ലേതും.
എൻ ജി ഒ യ്ക്കും ജീ ഓയ്ക്കും പുനഃ
രൈ എ എസിനുമൊക്കെ കേൾക്കാം.
ഊറ്റംകൊണ്ടു നടക്കും പലപല
കാറ്റഗറിപ്പരിഷയ്ക്കും കേൾക്കാം.
ഫ്രണ്ടിൽപ്പെട്ടു കറങ്ങുന്നോർക്കും
സെന്ററിൽനിന്നു മിഴിക്കുന്നോർക്കും
മുവർണക്കൊടി കെട്ടിയ കമ്പുകൾ
കുട്ടിത്തല്ലിക്കശപിശകൂട്ടി

[1]അമ്മയ്ക്കെന്ന കണക്കെ മകനും[2]
സമ്മതരാകാൻ തമ്മിലടിച്ചും
തമ്മിൽത്തല്ലി തലകീറീട്ടും
ചുമ്മാതെന്നു പറഞ്ഞുലയിച്ചും
വാരോലകളിൽ വിടുവായത്തം
വാരിനിറയ്ക്കും രാഷ്ട്രീയത്തിൻ
ചപ്പും ചിപ്പും തലയിൽക്കൊണ്ടു ന-
ടക്കുന്നോർക്കുമിതൽപ്പം കേൾക്കാം
കറകറനിന്നു കറങ്ങും പങ്ക-
യ്ക്കിടയിൽ കുന്തലഴിച്ചു വിടർത്തീ
പൂവിതൾ ചൂടി, പുരികംകോട്ടി
പുന്നാരങ്ങൾ പറഞ്ഞും പിന്നെ
പുത്തൻ സാരിയിലഭിമാനിച്ചുമി-
രിക്കും ചലമിഴിയാളുടെ ചുറ്റും
പറ്റും ആഫീസെന്നതുവിട്ടും
പലതു പറഞ്ഞിടിവെട്ടും
മട്ടിൽ ചിരികൾ പൊഴിച്ചു രസിച്ചും
ശീട്ടുകളിച്ചും യൂണിയനെന്നാൽ
പുച്ഛംകാട്ടും പുത്തൻതലമുറയിൽ
ചിലരുണ്ടവരോടും പരിഭവമരുതേ
പൂർവീകരണത്തിൻ ഗുണ-
മെന്തെന്നറിയാനിത്തിരിനേരമി-
രുന്നിതു കേൾക്കൂ[3]
തെറ്റുകൾ കണ്ടാൽ പറയുന്നവരാ-
ണുറ്റവരെന്നു ധരിക്കുക നിങ്ങൾ
ഉദ്യോഗസ്ഥകളെന്നഭിമാനി-
ച്ചുദ്ധതഗർവിൽ നടപ്പുമെടുപ്പും
ധിക്കാരത്തൊടു വാക്കും നോക്കുമി-
തൊക്കെയുമുള്ള ചെറുപ്പക്കാരികൾ
സർക്കാരിന്റെ പണിക്കാരികളായ്
ഇപ്പോൾ ചിലരുണ്ടവരറിയുകയി-
ല്ലഗ്നിപരീക്ഷകളെത്ര കഴിച്ചാ-
ണെത്തിയതിവിടേയ്ക്കെന്ന ചരിത്രം
**   **   **

---

1 ഇന്ദിരാഗാന്ധി കോൺഗ്രസിലെ ഐ, എ വിഭാഗങ്ങൾ തമ്മിൽ നടന്ന ഏറ്റു
   മുട്ടൽ-വീണ്ടും ലയനം.
2 രാജീവ്ഗാന്ധി.
3 അന്നത്തെ സർക്കാരാഫീസുകളിലെ ജീവനക്കാരുടെ പെരുമാറ്റരീതി സൂചന.

ഒറ്റപ്പൈസ തരില്ലിതിനാരും
നിൽക്കേണ്ടെന്നോടൊന്നും പറയേ–
ണ്ടാത്തിരിയെന്തിനു വെറുതെ നമ്മൾ
പറഞ്ഞു പിണങ്ങീടുന്നതുമല്ല,
ഒരു സംഘത്തിലുമില്ലെന്നതുമ–
ല്ലൊരു സമരത്തിലുമീ ഞാനില്ല,
ഹസ്ബന്റെതിരാണെന്നു പറഞ്ഞു
മുഖം വീർപ്പിച്ചും–മിഴി കൂർപ്പിച്ചും
പെട്ടെന്നെഴുന്നേറ്റെരികത്തുള്ളൊരു
കെട്ടുപഴങ്കടലാസു നിവർത്തി
തെരുതെരെ വെറുതെ പരതീടുന്നൊരു
തരുണീമണിയോടരുതരുതിങ്ങനെ
യെന്നുചിലമ്പും അരിവളതരിവളപോലുമിടഞ്ഞുകലമ്പി–
പിരിവിനു ചെന്നതിലൊരുവൻ താടിയില
ലസം കൈവിരൽ തടവിച്ചൊന്നാൻ
ആടറിയില്ലങ്ങാടീ: ചരിത്രം–
പെങ്ങൾക്കറിയുകയില്ലിതു കേൾക്കൂ:
അർഹതയുള്ള പ്രൊമോഷൻ കിട്ടാൻ
വീടിനടുത്തൊരു മാറ്റം കിട്ടാൻ;
അധികാരത്തിലിരിക്കുന്നവരുടെ
അടിമകണക്കെ പണിചെയ്തിട്ടും;
തെറ്റും കുറ്റവുമാട്ടും ചീറ്റുമതേറ്റിട്ടൊടുവിൽ;
വിലപ്പെട്ടതു കഴുവേറ്റിക്കണ്ണുകലങ്ങി
ക്കദനം വിങ്ങി വിതുമ്പി ജീവനൊടുക്കിയ
പെങ്ങന്മാരെ നിനച്ചിട്ടെങ്കിലും
അക്കഥ ഇനിമേലാവർത്തിക്കാൻ
പറ്റാതുള്ളൊാരവസ്ഥവരുത്തിയ
പ്രസ്ഥാനത്തെ നിഷേധിച്ചാലതി–
നൊട്ടും മാപ്പില്ലെന്നു ധരിക്ക.
**   **   **

എങ്കിലോ കേട്ടുകൊണ്ടാലുമിക്കേരളം
ശങ്കാവിഹീനമാതങ്കങ്ങൾ നീക്കുവാൻ
ചങ്കിലെ ചോരയിൽ ചാലിച്ചു ചാലിച്ചൊ
രങ്കക്കുറിച്ചാർത്തണിഞ്ഞ രംഗങ്ങളെ
ചുംബിച്ചു നെഞ്ചേറ്റിയഞ്ചാതെ ചൊല്ലുവൻ
എൻ ജി ഒ മാരേ ചെവിതന്നുകേൾക്കുവിൻ
മൂക്കുമുറിച്ചു പണ്ടാട്ടിപ്പുറത്താക്കി–
ഓർക്കുന്നതില്ലയോ പാണ്ടിക്കിഴവനെ;
മാടമ്പിമാരും പ്രമാണിവർഗങ്ങളും

നാടുവാണീടുന്ന കാലമൊന്നോര്‍ക്കണം.
വഞ്ചീശമംഗളം ചൊല്ലിയും ചൊല്ലിച്ചു-
മെഞ്ചിയോമാരന്നു മഞ്ചല്‍ ചുമന്നവര്‍
[4]ഭക്തിവിലാസത്തെ ഇഷ്ടങ്ങളോരോന്നു
മെത്തിച്ചീടുന്നതാണുത്തമസ്സേവനം
പുച്ഛങ്ങളഞ്ചുമടക്കിയരയ്ക്കൊരു
കച്ചമുണ്ടുംചുറ്റി വാക്കിലും നോക്കിലും
ഭീതിയാല്‍; കൈത്തലം ചുണ്ടത്തമര്‍ത്തിയും
ഉത്തരവുത്തരവെന്നോതിനില്‍ക്കും ഗു-
മസ്ഥനെയോര്‍ക്കു ചരിത്രം മറക്കൊലാ
അക്കാലമെല്ലാം കഴിഞ്ഞു ജനകീയ
സര്‍ക്കാരുവന്നു, വരുത്തിനാമോര്‍ക്കണം.
**   **   **

മാറ്റത്തിനു വേണ്ടിപ്പടപൊരു-
തീട്ടുവരുത്തിയ ഭരണം
നാട്ടില്‍പ്പുതുമുതലാളികളുടെ
വിളയാട്ടത്തിനു വളമായ്
ഐ സി എസെന്നൊരു വകപോയ്
ഐ എ എസുകള്‍ വന്നു
വെള്ളിക്കയില്‍ വായില്‍വച്ചു ജ-
നിച്ചു വളര്‍ന്നൊരുകൂട്ടം
വെള്ളക്കാരെന്ന കണക്കെ-
കഴുത്തില്‍ കോണകമിട്ടും
ബ്ലഡീ റാസ്കല്‍ ഫൂളിഡിയറ്റ്-
എന്നാക്രോശങ്ങള്‍ ചൊരിഞ്ഞും
അധികാരം കണ്ണിലിരുട്ടുക-
യറ്റിയ ബ്യൂറോക്രസിയും
മുതലാളികള്‍ പോറ്റി വളര്‍ത്തിയ
രാഷ്ട്രീയപ്പേക്കലിയും
ജനജീവിതമാകെ ചട്ടിയി-
ലിട്ടു വറുത്തു പൊരിച്ചു
മര്‍ദിത ജനകോടികളൊത്തൊരു
മുക്തിരണത്തിനുറച്ചു
ഉജ്ജ്വലസമരാഗ്നി വളര്‍ന്നു
പടര്‍ന്നു ജനതയുണര്‍ന്നു.
**   **   **

ബ്യൂറോക്രസിയുടെ തേര്‍വാഴ്ചയിലി-

---

4   സര്‍ സി പി രാമസ്വാമി അയ്യരുടെ ബംഗ്ലാവ് ഭക്തിവിലാസം.

ക്കേരളനാടിൻ സിവിൾ സർവീസൊരു;
തീമലപോലെ പുകഞ്ഞു തുടങ്ങി.
ജീവിതമനുദിനമുഴറിവശായി
അക്കാലത്തൊരു ഭരണത്തലവൻ;
മൊട്ടത്തലയൻ; വട്ടക്കണ്ണട-
വച്ചു കഴുത്തിൽ ചുറ്റിച്ചാർത്തിയ
നീളൻ ഖദറിൻ വേഷ്ടിയണിഞ്ഞി-
ട്ടുദ്ധതശീർഷനനന്തപുരത്തിൻ-
മാനസപുത്രൻ.
അപ്പെരുമാളിൻമുൽപ്പാടെത്തീ ഗു-
മസ്ഥന്മാരുടെ ദുഃഖമൊരൽപ്പമു-
ണർത്തിപ്പാനായ്അപ്പോഴവരൊടു-
ധിക്കാരത്തൊടു വെക്കം തന്നെ ക-
ടക്കു പുറത്തെന്നാക്രോശിച്ചതു
മോർക്കുന്നിപ്പോൾ.
മറ്റൊരു വീരപരാക്രമിധികൃത
വിക്രമനതുനാൾ തൃപ്പാദങ്ങടെ
സൽപ്പേരിൽ ചില ട്രസ്റ്റു വിഴുങ്ങി-
അധികാരത്തിൻ പാൽക്കുടമേന്തി
അക്ഷയഭാസ്സിൽ വിളങ്ങിയകാലം
പെണ്ണുകൊടുക്കരുതെൻജിഓമാർ-
ക്കൈന്നൊന്നാലവരൊന്നിനു മുതകാ
ത്തവരും വിലകെട്ടവരാണെന്നും
ജനത്തൊടു ചൊല്ലി.
ഇത്തരമനവധിയുണ്ടു പറഞ്ഞാൽ;
അധികാരികളുടെ മർദനമേറ്റുസഹിച്ചും
ജീവിതവ്യർഥതയോർത്തു ശപിച്ചും;
സ്വയമിതിനപ്പുറമുണ്ടൊരു ലോകം-
മർദിത ശക്തിയിൽ മുക്തിപെറുന്നൊരു ലോകം.
ആലോകത്തിന്നിരമ്പം കേട്ടീ-
നാടിൻ നാഡികളാകെയുണർന്നു
ഉള്ളിൽ തിരമാലകത്തിയെരിഞ്ഞു
വെള്ളക്കോളർ വിഭാഗമുണർന്നു.
**   **   **

ഭരണകുടവിധാനമാകെയു-
മിളകിടും പടി രണപഥങ്ങളി
ലടിയുറച്ചുകുതിച്ചു നീങ്ങിയൊ-
രരിയ ശക്തിവളർന്നുടൻ
അഗ്നിശിഖയുടെ മുദ്ര ചാർത്തിയ,

കൊടിയുമായ് ചെങ്കൊടിയുമായ്
ലക്ഷ്യബോധമിയന്ന മർദ്ദിത-
ശക്തിയൊത്തണിചേരുവാൻ;
അടവു പലതുപയറ്റിയും കരി-
നിയമമൊക്കെ ഇറക്കിയും;
കുടിലതന്ത്ര വിശാരദന്മാർ;
പലരുവന്നു വിഷണ്ണരായ്
ഐക്യമൈക്യമുദാത്തമാകും
ഐക്യമൂട്ടി വളർത്തി ഭാരത-
മൊക്കെയും പടരുന്നശക്തി-
പകർന്നിടും നവശക്തിയായ്
ശത്രുവർഗമൊരമ്പരപ്പൊടു-
നോക്കിനിൽക്കെപ്പെടനിലങ്ങളി
ലൊക്കെമുദ്ര പതിച്ചു മുന്നേ-
റുന്ന വിപ്ലവശക്തിയായ്.
**   **   **

നാടുവാഴിത്ത ഭരണക്രമത്തിന്റെ
മൂടുതാങ്ങിക്കൊണ്ടു നിന്നവരെങ്കിലും;
നാടിന്റെ നാനാചലനങ്ങളുൾക്കൊണ്ട്,
നാനാ ജനങ്ങളോടൊത്തു മുന്നേറുന്ന-
യൂണിയൻ; യൂണിയൻ; എൻ ജി ഒ യൂണിയൻ;
പ്രാണനെപ്പോലവേ ജീവനക്കാരുടെ
ജീവൻ തുടിക്കുന്ന പ്രസ്ഥാനമെന്നു ക-
ണ്ടാണത്തമുള്ളോരണിചേർന്നിതൊക്കെയും.
പുത്തൻ ഭരണത്തിൻ മുതലാ-
ളിത്തത്തിലുതിർക്കും,
പട്ടിണിയും വറുതിയുമറുതിയെ-
ഴാത്ത വിലക്കൂടുതലും;
നാൽപ്പതു നൂറ്റിരുപതിൽ നിന്നവ-
രൊന്നു പിടഞ്ഞു കുടഞ്ഞു.
മൂല്യത്തിനു ചോർച്ച നികത്താൻ
വേതന വർധന ഡി എ
സമരങ്ങൾ കൊടുമ്പിരികൊണ്ടധി
കാരികൾ ഞെട്ടിവിറച്ചു
കരിനിയമം കള്ളക്കേസ്സുകൾ
കോടതി ജയിലറയെല്ലാം
പലവട്ടം നേരിട്ടവകാ-
ശങ്ങൾ പലതും നേടി-
ക്കുതികൊള്ളും ശക്തിയിതിൻതല

തച്ചുതകർത്തുപൊളിക്കാൻ
[5]അതി ദിവ്യമൊരായുധമച്യുത—
മക്ഷയമഗ്നിസമാനം.
ഒടുവിൽ കൈവന്നതിലൂറ്റം
കൊണ്ടുമദിച്ചാരരികൾ
ഒരു താമര ചെന്താമരപ—
ണ്ടാമ്പല്ലൂരിൽ വിടർന്നു.
അത്താമരചെന്താമരയാ—
ണെന്നുനിനച്ചതുപോട്ടെ;
അതു ചുംബിച്ചവരുടെ ചൊടിയിൽ
തേളിൻ ദംശനമേറ്റു
ഒറ്റക്കടിയാലവനെട്ടുമു—
റിപ്പാടേൽപ്പിച്ചൊടുവിൽ
പത്തറുപതു വ്രണമായ്പൊട്ടി
പ്പലരൂപത്തിൽ വളർന്നു
പലരവനെ മെരുക്കാൻ നോക്കി
വാഴ്ത്തിപ്പാടി നടന്നു
ചിലരതിനെപ്പൂജിച്ചു പല
പുണ്യാഹങ്ങൾ തളിച്ചു
ഒന്നരദശകത്തേയ്ക്കവനി
സ്സിവിൽ സർവീസിൻ കരളിൽ
മുഞ്ചകണക്കൊളിവിൽ ചോര—
കുടിച്ചു പതുങ്ങിയിരുന്നു.
അഭിമാനികളഗ്നിശിഖാങ്കിത—
രക്തപതാകയുമേന്തി;
അടരാടിപ്പിടികൂടീട്ടി—
[6]ന്നറബിക്കടലിലെറിഞ്ഞു.
ഓർക്കാതെ ഇരിക്കാനൊക്കുക
യില്ലിക്കഥകളിലൊന്നും
സർക്കാർ സർവീസിലിരിക്കു—
ന്നോരിവയോർക്കണമനിശം
**   **   **

ഇടനെഞ്ഞിൽ തീക്കനലുകൾ പാറിയ—
കൊടിയ കരാളനിശീഥിനിയോർക്കൂ
അധികാരത്തിലിരുന്നൊരു തള്ളയു—

---

5   ഡൈസ്നോൺ ഏർപ്പെടുത്തിയ സംഭവം.
6   1987 ൽ അധികാരത്തിൽവന്ന നായനാർ സർക്കാരിന്റെ ഭരണനയം മൂലം
   ഡൈസ്നോൺ നിർത്തലാക്കി.

മെരണം കെട്ടൊരു പിള്ളയുമന്നാൾ
കാട്ടിക്കൂട്ടിയ കാട്ടാളത്തം
വാക്കിലുരയ്ക്കാനെളുതല്ലേതും.
നാൽപ്പത്തെട്ടു കഴിഞ്ഞവരൊക്കെ
പ്പാട്ടിനു പോകാൻ വിധി കൽപ്പിച്ചു
വീട്ടിലിരുന്നു പിരിച്ചുവിടുന്നതു
കേട്ടറിവാണിപ്പെട്ടിയിലൂടെ
അക്കാലത്തുമണക്കാലകളിൽ
അധികാരികളുടെ തൃക്കാൽ നക്കി
ത്തോർത്തിനടന്നവ–രക്കരെ ഇക്കരെ
നിന്നു ജിഹാദു വിളിക്കുന്നിപ്പോഴത്ര വിചിത്രം
ആദർശത്തിൽ ധീരൻ വീരകൃശോരൻ
കേരള ജാതനപാരൻ!
ഖദറിൻ കച്ചത്തോർത്തുകൾ വാങ്ങി–
പ്പുതിയൊരു വിപ്ലവവിധീചമച്ചോൻ!
ചിക്കെന്നൊരുനാൾ ചിക്മംഗ്ലൂരിലു–
ദിക്കും വാൽ നക്ഷത്രം കണ്ടി–
ട്ടപ്പുണ്യ്യാളൻ മുഖ്യപദത്തെ
വലിച്ചൊരു പുല്ലുകണക്കിനെറിഞ്ഞോൻ.
മൂക്കിൽ വിരൽ വയ്ക്കേണ്ടിതിനാരും
നാക്കിനുളുപ്പില്ലാത്തതുകൊണ്ടൊരു
വാക്കു പറഞ്ഞിനിവത്സരമൊരുന്നു
രേഖ ശുഭം വരുമാമേൻ ആമേൻ.
സൂര്യനെ വേട്ടൊരു പെണ്ണെലി വീണ്ടും
മൂഷികവധുവായ് തീർന്ന കണക്കെ
ആദർശപ്പെരുമാളിൻ കപടമു–
ഖമൂടികൾ പലതിവിടെയഴിഞ്ഞു.
**   **   **

പോത്തിൻസമ്മതമാരായേണ്ടക
ഴുത്തിൽ നുകമേറ്റുന്നതിനെന്നമ
ഹദ്വചനം ഗുരുപവനപുരേശാ–
നുഗ്രഹമാർജിച്ചധികാരത്തിലി–
രുന്ന മഹാശയനത്ഭുതവിക്രമ–
നോർക്കുന്തോറും മൂക്കുതെറിക്കും
നാറ്റം; അഴിമതി കെടുമതി പലതും
നിങ്ങൾക്കെപ്പൊഴെന്തുതരേണം
എന്നു നിനയ്ക്കുവതീഞാനെന്നോ–
ടൊന്നുമൊരാളും ചൊല്ലെണ്ടെന്ന–
ല്ലില്ലൊരു ചർച്ചയുമാരോടും പി–

ന്നെല്ലാക്കാലവുമിങ്ങനെ വേതന–
വർധനനൽകാമെന്നൊന്നും വാഗ്ദാനവുമില്ല.
പാവം പയ്യനുവേണ്ടി പലതും–
കാട്ടീ ഖജനാവാകെച്ചോർത്തീ.
പലപല ജാതിമതത്തിൻ വരുതി
യ്ക്കൊപ്പം നാടിൻ സമ്പത്താകെയു
മൂറ്റിപ്പാറ്റി മൂടിച്ചൊടുവിൽ പല
ഗോഷ്ടികൾ കാട്ടിത്തരികിട തുള്ളി–
നേരെന്നൊരുവക നേരമ്പോക്കിനു
പോലും ചൊല്ലുക ഇല്ലെന്നുള്ളതു–
നേരെ വ്രതമാക്കീട്ടരചാളി
അധികാരത്തിൻ മധുചഷകത്തൊടു–
മതിതീരാത്തൊരു കൊതിയാൽ നാടിൻ
ഗതിനോക്കാതെയുഴറ്റെട്ടുവഴിവി–
ട്ടതുമിതുമനവധി കാട്ടിയകാലം
ഡി എ; ബോണസ്സ്; ശമ്പളവർധന
നേടാനുള്ളൊരു പോരാട്ടത്തെ
ചോരയിൽ മുക്കിക്കൊല്ലാൻ പഴുതുകൾ
പലതും നോക്കിപ്പറ്റാഞ്ഞൊടുവിൽ
തട്ടിക്കൂട്ടിക്കോടികൾ നൂറുപി–
ടിച്ചുപറിച്ചതുമോർക്കുന്നിപ്പോൾ.
അവധിക്കാശു തരില്ലെന്നോതി
ട്ടടിയും തൊഴിയുമറസ്റ്റും ജയിലും
എൻ ജി ഒ യുടെ നെഞ്ചു പിളർക്കാൻ
തഞ്ചം നോക്കിയ കാർക്കോടകനെ
ഓർക്കുന്തോറും ഓക്കാനംവരു–
മെങ്കിലുമോർക്കണമിടയിടെ–മേലാൽ
അക്കാലങ്ങൾ തിരിച്ചുവരാനിട
യാക്കുകയില്ലെന്നോർത്തൊരുമിച്ചു
നമുക്കണിചേർന്നു പ്രതിജ്ഞയെടുക്കാം.

25

സംഘയാത്രികർ

സംഘം സംഘം സമൂഹവൃക്ഷം തളിർ-
ത്തുല്ലസിക്കും സർഗ സംഗമ സ്ഥാനം.
പൂക്കുന്ന കാടിന്റെ ദൃശ്യസംഗീതം,
തടം തല്ലിയാർക്കുന്ന കല്ലോലജാലം
ബാലസംഘങ്ങളും വൃദ്ധസംഘങ്ങളും
ആബാലവൃദ്ധസമൂഹസംഘങ്ങളും
ആവേശമന്യോന്യമാഴ്ന്നു പുകഴ്ന്നൊരു
നാടിന്റെ ഭാവുകം ആരക്തശോഭിതം
നവനവതരംഗങ്ങൾ പൊങ്ങിനിറയും കടൽ
സുമനിരകളവിരളം തിങ്ങിവിടരുംപൊയ്ക
ഓമനത്തിങ്കൾ കിടാങ്ങൾ തൻ കലവികൾ
ഓളം തിമിർക്കുന്ന ബാലസംഘങ്ങൾ
നാളത്തെ നാടിന്റെ നാനാവികാസങ്ങൾ
ആലോലമാളിജ്വലിക്കുന്ന സംഘങ്ങൾ
രോഷം ജ്വലിക്കുന്ന സ്വരജതികളാൽ ഹൃദയ
താളക്രമം തെറ്റിയുഴലുന്ന നാവുകൾ
വേഷവും ഭാഷയും മാറുന്നനുക്ഷണം
ദൂഷിതമാകുന്നിതാശയും പോലുമേ
ഒന്നു മറ്റൊന്നിനെ പിൻതുടർന്നോടുന്നു
മന്വന്തരങ്ങളെ ചുറ്റിപ്പടരുവാൻ
സ്വർണനൂൽപ്പാകിനിമിഷനീർപ്പക്ഷികൾ
മണ്ണിനും വിണ്ണിനും ചേർന്നൊറ്റ നീഡത്തി-
നുള്ളിൽ സഹർഷമന്യോന്യം നിലീനമായ്
കൊള്ളുവാൻ തീർക്കുന്നു കാലമാം നീഡവും

കണ്ണാടിയിൽ കണ്ടതെൻ മുഖമാണെന്നു
കണ്ണാലെ കണ്ടുനിരൂപിച്ചിരുന്നു ഞാൻ
പിന്നെന്തുസംഭവിച്ചിത്രമേൽ മാറ്റമെൻ
കണ്ണിനും കാലാന്തരത്തിൽ മനസിനും.
സംഘങ്ങൾ സംഘങ്ങളായ് നമ്മൾ പോകവേ-
കണ്ടാലറിയാത്തവണ്ണമായെങ്ങനെ
വൃദ്ധിക്ഷയങ്ങളാലിത്രയ്ക്കുമാറ്റങ്ങൾ
ചുറ്റിലും പറ്റിലും വന്നു ഭവിയ്ക്കയോ
പണ്ടുപറഞ്ഞതും കേട്ടതുമെൻതല
മണ്ടയിൽ പറ്റിയമർന്നതും-മിഥ്യയോ
മോഹിച്ചതില്ലൊന്നുമെങ്കിലും നാടിന്റെ
മോഹമതെന്റേതുമായിരുന്നില്ലയോ
പൂവണിയുന്നില്ല മോഹവും ദാഹവും
പൂരം കഴിഞ്ഞ പറമ്പായ് മനസുമേ
ആ മഹാഗോപുരം കെട്ടിയുയർത്തുവാൻ
ആകമാനം പേരുമൊന്നായ് വിയർക്കവേ
സ്വർലോകജാലകമെത്തുവാൻ ഗോപുര-
ശൃംഗാഗ്രമേറെയടുത്തെന്നതോന്നാലായ്
പേടിച്ചരണ്ടുപോയ് ദൈവം മനുഷ്യന്റെ
ഭാഷ കലക്കി കളഞ്ഞുപോൽ-തൽക്ഷണം
ഗോപുരത്തിന്റെ പണി പിന്നെയങ്ങോട്ടു
ഗോപിവരച്ചു പിരിഞ്ഞുപോയ് സർവരും
ഇത്തരം വല്ല മുടക്കങ്ങളുംകൊണ്ട്
പൊട്ടിപ്പൊലിയുമോ കഷ്ടമെൻ മോഹവും
അല്ലല്ല മുന്നോട്ടടിരണ്ടുവയ്ക്കുവാൻ
മെല്ലവേ പിന്നോട്ടടിയൊന്നുവയ്ക്കണം
അത്രയ്ക്കുമാത്രമേ സംഭവിച്ചുള്ളു ച-
രിത്രമാവർത്തിയ്ക്കായില്ലൊരേമാതിരി.

26

ശിവസ്തുതി*

ഓംകാര ആകാരാ നിരുപമാ
നിരഞ്ജനാ–
പാഹിഫണിഗണദുഷണാ മാം...
പാഹിനിടില വിലോചനാ
ആഗമനാഗമലസന്മയ ചിന്മയ
ഭോഗമോഹവഭഞ്ജുനാഭനനാ
കാളകൂടഭുവനാമയവിഷഹര
സുമ ചുഡജഗദീശമഹേശാ–
സാമജനിജമുരജധനിരാജിത
താളമേളന ചിദംബരനടനം
ധ്യായേമേ ഹൃദിസദാ പരിപാഥയ
പാഹി പരമപരാവരശബരാ–
ഓംകാര ആകാരാ നിരൂപമാ–
നിരഞ്ജനാ പാഹിഫളിഗണഭുഷണാമാ–
പാഹിനാടില വിലോചനാ
നാഗകഗാനം ശിവസ്തുതി.

27

സത്യമോ മിഥ്യയോ

ഏതോതമസ്സിന്റെ താഴ്‌വരയിൽ നിന്നു
പാറിവന്നെത്തിയ നാദപരാഗമേ
രൂപരസഗന്ധവർണരേണുക്കളായ്
ഈ വിശ്വമാകെ നിറഞ്ഞ ചൈതന്യമേ
ആഴിതന്നാഴവും ആകാശസീമയും—
ആലിംഗനം ചെയ്തുനിൽക്കും പ്രഭാവമേ
ദുഃഖം ഉറഞ്ഞൊരീ ഭൂമിതന്നേകാന്ത
ഗദ്ഗദമായി പരിണമിക്കായുനീ
സുപ്തസുമങ്ങളിൽ രക്തമയൂഖമായ്
ക്ഷുദ്രതമസുകൾക്കഗ്നി പ്രളയമായ്
മുക്തിരണോജ്ജ്വലശക്തിതൻ ശാശ്വത
ഗർജനമായി പരിലസിക്കാവു നീ
ആരുനിപ്രിയന്തു നീയെന്നെന്റെ ചേതന
ഓരുവാനാകാതുഴലുന്നിതെങ്കിലും
പാരുമീവാനവുമേകമാം ബിന്ദുവിൽ
ചേരുന്നിതെന്നെൻ നിനവിലറിയുന്നു ഞാൻ
എല്ലാമതിലടങ്ങുന്നു മാറ്റത്തിന്റെ
കല്ലോലലീലയിലാടിത്തിമിർക്കവേ—
കാലവും നീലവിഹായസു മാലോല
ചേതസിൽ മിന്നിമറയുന്ന മിഥ്യയേ.

28

സ്വാഗതഗാനം*

ചക്രവാളങ്ങൾക്കുമപ്പുറത്തേക്ക്
കൈ നീട്ടിക്കുതിക്കുന്ന
സർഗചൈതന്യമേ....
ആ.......ആ.......ആ.......
വിശ്വപ്രകൃതിതൻ ശക്തിസൗന്ദര്യങ്ങളൊക്കെത്തുടിക്കും
യുവപ്രഭാവങ്ങളേ....
ചുറ്റും മദംപൊട്ടി നിൽക്കും തമസിന്റെ
മസ്തകങ്ങൾ പിളർന്നെത്തും ഉഷസിനായ്
പുഷ്പകിരീടം ഒരുക്കുന്നിതാ ഞങ്ങൾ
ആ.......ആ.......ആ.......
കോടിസൂര്യപ്രകാശാങ്കുരങ്ങളേ
പാടലോജ്ജ്വലാഭിവാദനം
നാടിതിന്റെ വീരപുളകമായ് വിടർന്ന ധീരതേ
സ്വാഗതം... സ്വാഗതം....
സ്വാഗതം... സ്വാഗതം....
കൂരിരുൾ പരപ്പിലരിയ ദീപഗോപുരം
ആരതിച്ചിടുന്ന തരുണ ധീരതേജസ്സേ
ഹൃത്തടങ്ങളിൽ കുരുത്ത
രക്തപുഷ്പവൃഷ്ടിയുമായ്
വിപ്ലവത്തുടിപ്പുകളേ ലാൽസലാം...
ലാൽസലാം...

വിപ്ലവത്തുടിപ്പുകളേ ലാൽസലാം
ലാൽസലാം..... ഓ... ഓ....
പുതിയൊരിന്ത്യവരുമതിൻ നവ്യ ഭൂപടം
ഹൃദയ കുങ്കുമം ചാലിച്ചെഴുതുന്നവരേ... (പുതിയ)
മുക്തിസങ്കരത്തിനുള്ള ശക്തിതൻ തുടിപ്പിനായ്
എത്തിടും യുവത്വമേ ലാൽസലാം... ലാൽസലാം...
എത്തിടും യുവത്വമേ ലാൽസലാം.... ലാൽസലാം... (കോടി...)

29

താരാട്ടുപാട്ട്*

തൂവെൺനിലാവിൻ കുരുന്നേ
ഉറങ്ങ് ആരിരം രാരിരം രാരോ....
ആരോമലേ നീ ഉറങ്ങ്
ഉറങ്ങ് ആരിരം രാരിരം രാരോ.....

(തൂവെൺനിലാവിൻ)

കായാമ്പു ഇതൾ വിരിഞ്ഞ്
മിഴി പൂട്ടി ഉറങ്ങ് എന്റെ
കൽക്കണ്ടക്കാതലേ നീ ഉറങ്ങ്

(തൂവെൺനിലാവിൻ)

കൺമണിപ്പൈതലിൻ
കണ്ണാടിക്കവിളത്ത്
കസ്തൂരി പൂശുവാൻ കൈകൾ നീട്ടും (2)
കൈതപ്പൂങ്കാവിലെ
കൺമണിക്കാറ്റേ......
ആലോലം പാടും ആലോലം
ആലോലം പാടും ആലോലം

(തൂവെൺനിലാവിൻ)

നൊമ്പരം കൊള്ളുമെൻ വേളയിൽ
ഒരു ദുഃഖസംഗീതമായ് നീ പിറന്നു (2)
പെണ്ണായ് പിറന്നൊരെൻ കുഞ്ഞേ
കണ്ണീർക്കയങ്ങളിൽ നീ
സ്വർണ്ണമത്സ്യം നീ സ്വർണ്ണമത്സ്യം
സ്വർണ്ണമത്സ്യം നീ സ്വർണ്ണമത്സ്യം

(തൂവെൺനിലാവിൻ)

---

* ദേശാഭിമാനി തീയേറ്റേഴ്സിനു വേണ്ടി ദൈവം ചിരിക്കുന്നു എന്ന നാടകത്തിലെ ഗാനം.

30

പ്ലാസ്റ്റിക് വർജ്ജനം

(ഓട്ടൻതുള്ളൽ)

പ്ലാസ്റ്റിക്കെന്ന വിപത്തിന്നെതിരെ
പട്ടണവാസികളാകെയുണർന്നു
നാടും നഗരവുമെന്നല്ലെല്ലാ–
വീടും കുടികളുമൊന്നൊഴിയാതെ
ഒത്തൊരുമിച്ചൊരു സംഗരമാടി–
യൊഴിക്കണമിക്കെടുമാരണമതിനായ്
പള്ളിക്കൂടം കുട്ടികളും ബത–
ഉള്ളു തുറന്നണിചേരണമൊന്നായ്
അദ്ധ്യാപക രക്ഷാകർത്താക്കളും–
ഉദ്യമമതിനായ് ചെയ്യണമധുനാ.

കേരളമാകെ ഭീതിപരത്തി–
പ്പല രൂപത്തിൽപ്പടരുകയാണി–
ന്നൊഴിയാബാധയതെന്നകണക്കെ
എവിടെവിടെക്കണ്ണോടിച്ചാലും–
അവിടവിടൊക്കെക്കോണും പഹയൻ
ബഹുശതരൂപം കൈക്കൊണ്ടങ്ങിനെ
പ്ലാസ്റ്റിക്കെത്താത്തിടമില്ലെന്നായ്
സഞ്ചികളായും കുട്ടകളായും വട്ടികളായും
പെട്ടികളായും–

---

*   2011–ൽ കോഴിക്കോട് ജില്ലയെ പ്ലാസ്റ്റിക് വിമുക്ത ജില്ലയായി പ്രഖ്യാപിച്ചപ്പോൾ രചി
ച്ചത്.

ട്യൂബുകൾ കപ്പുകൾ പാത്രം പലപല
രൂപവിതാനം പ്രാപിച്ചെന്തിനു-
സദ്യവിളമ്പും നാക്കിലപോലും
പ്ലാസ്റ്റിക്കിലയായ് മാറിയ കാലം.

ഇങ്ങനെ പെരുകിയ പ്ലാസ്റ്റിക്കിൽനി-
ന്നെങ്ങിനെ മുക്തി ലഭിക്കും ശിവ ശിവ
കണ്ണിനു കൗതുകമാണെന്നാലിതു
മണ്ണിൽ ചേർന്നു ലയിക്കുകയില്ല
പ്ലാസ്റ്റിക്കുൽപ്പന്നങ്ങൾക്കൊന്നും-
ഓർക്കു താനേ നാശം നഹി നഹി.
കത്തിച്ചാലതു പുകയും വായുപ-
രക്കും ദിക്കിലടുക്കാൻ വയ്യ
ചപ്പും ചവറും കത്തിച്ചാലും മിടയ്ക്കതിലല്പം
പ്ലാസ്റ്റിക്കിൻതരിപെട്ടു പുകഞ്ഞാൽ
മൂക്കും വായും പൊത്തി ശ്വാസം-
മുട്ടിത്തട്ടിത്തരികിടതുള്ളും
പട്ടണചത്വരമവിടവിടെ
പലപെട്ടീൽ കുമിയുന്ന വെയിസ്റ്റിൽ
കുപ്പികൾ, പ്ലാസ്റ്റിക്-സഞ്ചികൾ കൂടുകൾ
ഇത്തരമനവധിയവിടെക്കാണാം.

ഒത്തൊരുമിച്ചു സമസ്തജനങ്ങളു-
മിത്തരുണത്തിലുറച്ചൊരുനിഷ്ഠയി-
ലെത്തുകവെടിയുക പ്ലാസ്റ്റിക്കെന്നതി-
നപ്പുറമെന്തും കിം ഫലമോർക്കൂ...

എങ്കിലോ കേട്ടുകേട്ടാലുമതിന്നുനാം   (ട്യൂൺ മാറ്റം)
ശങ്കയെന്യേ കൂടിയൊറ്റസ്വരത്തിലായ്
ഉച്ചത്തിലുച്ചത്തിലുൺമയിൽ ചൊല്ലണം
പുത്തൻ പ്രതിജ്ഞയെന്നേവം സഹജരേ
വർജ്ജിക്ക.... വർജ്ജിക്ക.... വർജ്ജിക്ക നമ്മളീ-
ദുർഭൂതമാരണമിന്നുതൊട്ടന്വഹം
ഭക്ഷ്യപേയങ്ങളാം സാധനം വാങ്ങുന്ന
പാത്രം പ്രകൃതിയിൽ ചേരുന്നതാവണം
വിദ്യാലയങ്ങളിൽ കുട്ടികൾ കൊണ്ടരും
പുസ്തകസഞ്ചികൾ-പാഠ്യവസ്തുക്കളും
നിഷ്കർഷയോടവ പ്ലാസ്റ്റിക്കിലല്ലെന്നു
നിഷ്ഠയിൽ മാറ്റം വരാതെ നോക്കീടണം

പോകാം നമുക്കു മുന്നോട്ടു മുന്നോട്ടിതേ–
പാതയിൽ പ്ലാസ്റ്റിക് മുക്തമാം നാടിനായ്.

"ജയ ജയ കേരള മോതു ധരണീ
ജയ ജയ മാമക പൂജിത ജനനീ
ജയ ജയ ധർമ്മ സമച്ചയ ജനനീ
ജനനീ മാമക കേരള ധരണീ."

നവകേരളചരിതം കഥകളി

ഐക്യകേരള പിറവിയെ തുടർന്ന് ഇന്നോളമെത്തി നിൽക്കുന്ന സാമൂഹിക-രാഷ്ട്രീയ സംഭവങ്ങളുടെ പശ്ചാത്തലത്തിൽ ആവിഷ്കരി ച്ചതാണ് ഈ ആട്ടക്കഥാശിൽപ്പം. അരങ്ങത്തുവന്നു മറയുന്ന കഥാപാ ത്രങ്ങളുടെ വേഷങ്ങളും സമകാലിക കേരളത്തിന്റെ ചരിത്രഗതിയുമായി കെട്ടുപിണഞ്ഞതാണ്. കേരളത്തിന്റെ വിശ്രുതമായ ഈ ശ്രേഷ്ഠകലയെ അതിന്റെ ഉദാത്തമായ എല്ലാ കലാംശങ്ങളെയും ഉൾക്കൊണ്ട് കൂടുതൽ വിപുലമായ ആസ്വാദക ലോകത്തിന്റെ മുൻപിലെത്തിക്കാനുള്ള ഒരെ ളിയ പരിശ്രമമാണിത്. മഹത്തായ ഈ കലാരൂപത്തിന്റെ ഉത്തമാംശ ങ്ങളെ ആദരപൂർവം അംഗീകരിക്കാൻ ആവുന്നത്ര ശ്രമിച്ചിട്ടുണ്ട്. പിഴവു കൾ ചൂണ്ടിക്കാണിക്കാനും ക്രിയാത്മകമായ നിർദേശങ്ങൾ നൽകാനും അഭ്യർഥിച്ച് സഹൃദയ സദസിന് ഈ കലാരൂപം ഞങ്ങൾ സവിനയം സമർപ്പിക്കുന്നു.

ഏഴുരംഗങ്ങളായി അവതരിപ്പിക്കുന്ന ഈ കഥകളിയുടെ പ്രമേയം സാമൂഹികസ്പർശിയായ പല സംഭവങ്ങളെയും തൊട്ടുരുമ്മി കടന്നുപോ കുന്നു. സാത്വിക-രാജസ-താമസ ഭാവങ്ങളുടെ രൂപവൈവിധ്യം രംഗ ത്തുവന്നു മറയുമ്പോൾ ആസ്വാദക മനസിൽ ചിതറി വീഴുന്ന ചിന്തു കൾ രാഷ്ട്രീയ സദാചാര ധാർമിക മൂല്യങ്ങൾ ഉദ്ദീപ്തമാക്കുന്നതിന് ഉതകണമെന്ന സോദ്ദേശ്യകലാസൃഷ്ടിയാണ് നവകേരളചരിതം കഥകളി

കഥയെക്കുറിച്ച് അൽപ്പം:

കേരളപ്പിറവിയെത്തുടർന്ന് ആദ്യമായി അധികാരത്തിൽ വന്ന ജന കീയ സർക്കാരിന്റെ ഭരണനയങ്ങളും പുരോഗമനപരമായ ഭരണനടപടി കളും സ്ഥാപിതതാൽപ്പര്യക്കാരെ അലോസരപ്പെടുത്തി. അവർ സർക്കാ രിനെ അധികാരഭ്രഷ്ടമാക്കാനുള്ള തീവ്രപരിശ്രമങ്ങൾ ആരംഭിച്ചു. പ്രതി ലോമ-സ്ഥാപിത താൽപ്പര്യങ്ങളുടെ സംരക്ഷകരായി അധികാരത്തിലി

രുന്ന കേന്ദ്രഭരണശക്തിയുടെ അനുഗ്രഹാശിസുകളോടുകൂടി അധാർമി
കമായ സമരം നടത്തി ഭരണഘടനാവിരുദ്ധമായി ആ ജനകീയ സർക്കാ
രിനെ അട്ടിമറിച്ചു. തുടർന്ന് അധികാരം കവർന്നെടുത്ത ദുഷ്ടശക്തിക
ളുടെ അവിശുദ്ധ ബാന്ധവം ജനജീവിതത്തെ കശക്കിയെറിഞ്ഞു. അഴി
മതിയും ധൂർത്തും വർഗീയതയും അഴിഞ്ഞാടി. നരഹത്യയും സ്ത്രീപീ
ഡനങ്ങളും ജനജീവിതം ദുസ്സഹമാക്കി. ഈ കാട്ടാളവാഴ്ചക്കെതിരായി
കത്തിക്കാളിയ ജനരോഷം ഒരു വിരാട്രൂപമായി പ്രത്യക്ഷപ്പെട്ട് ഈ രാക്ഷ
സീയ ശക്തിയുമായി ഏറ്റുമുട്ടി ജനങ്ങളുടെ ശാശ്വതമോചനത്തിന്റെ വിജ
യവൈജയന്തി ഉയർത്തുന്നതോടെ ധനാശി പാടി കഥ അവസാനിക്കുന്നു.

കുറിപ്പ്: യശശ്ശരീരരായ നീലംപേരൂർ ഗോപാലൻ നായർ, ആർ പി
വാര്യർ തുടങ്ങിയ നടന്മാർ പങ്കെടുത്ത ശ്രീ. മാത്തൂർ ഗോവിന്ദൻകുട്ടിയ
ടക്കമുള്ളവരുടെ സഹകരണത്തോടെ ഈ കഥ നിരവധി വേദികളിൽ
അരങ്ങേറിയിട്ടുണ്ട്.

നവകേരളചരിതം

വന്ദനശ്ലോകം
രാഗം – കേദാരഗൗളം

പൊന്നോണപ്പട്ടു ചാർത്തി
ത്തരളമിഴികളിൽ
ഭാവഹാവപ്രഹർഷം
മിന്നീടും ലാസ്യഭംഗ്യാ–
മൃദുപദവിലസൻ–
നൂപുരാരവമോടെ
എന്നാളും കേളികൊട്ടി–
കഥകളി ഉണരും
പൂക്കളിപ്പന്തലിൽ നീ–
വന്നാലും താളനൃത്താ–
ത്മക കവന കലേ.
കാത്തിതാ നിൽപ്പുകാലം
മേളപ്പദം
കുങ്കുമനിറം തഴുകി നീല ഗഗനേ–
വിലസീടുക മഹിത തര വീര ചരിതേ.
ജനഹൃദയ ശോണ രുചി ലസിത ലോലേ;
രണഗളിത വിമല രുധിര ധാരേ;
അരുണ നവകിരണ പരിശോഭയോടെ
നഭസി വിലസി വിളയാടു നീളെ
ജയ പതാകെ മോചന പതാകെ
പുറപ്പാട്

രാഗം – ഭൈരവി
താളം – ചെമ്പട

പോരാടി നേടിയൊരു–
രക്തപതാക തന്റെ;
വാരാളുമുഗ്ര കിര–
ണങ്ങൾ പുണർന്നു നാട്ടിൽ;
പാരാതെ സൽഭരണ–
കാര്യ വിചാരമോടെ;
ആ രാജധാനിയിൽ–
വസിച്ചു ജനാധി നാഥൻ.

നിലപ്പദം
സുകൃത പരിപാക നിധി–
പുതിയൊരു ജനാധിപതി.
ഭുവനതലമഖിലമുരു–
പുകളെഴുമുദാരമതി.
നവയുഗ വിധാനമതിൽ;
അതികുതുകമൊടു നിരതൻ:
നിഖില ജനപരിചരണം
നിപുണതയതിൽ മുഴുകി:

തോടയം
ഭൂമീ ജന്മഭൂമീ നീ ജയ സദാ
ജാതമോദം ആർഷധരേ;
ഭൂമീ ജയ രണഭൂമീ ജയ
ജനനീ നീ ഭാരതഭൂമി
പുണ്യഭൂമീ ജയ ജനനീ നീ.

രംഗം 1
രാഗം – യദുകുല കാംബോജി
താളം – ചെമ്പട

ജനത കലിത മോദം
തുംഗ ഭാഗ്യതിരേകം
തഴുകി ഉണരുമോമൽ–
കേരളം കണ്ടു വീണ്ടും;
പുതുമലരുകൾ ചൂടി–
പുഷ്പതാലങ്ങളേന്തി,
കമനിമണികൾ ആടി–
പ്പാടിനാരൊത്തു കൂടി.

സാരി – രാഗം – യദുകുലകാംബോജി
താളം – ചെമ്പട

കന്നിമണ്ണിൽ പൊന്നണിയും
കന്യമാരേ – മന്നിൽ
വന്നണഞ്ഞു നവയുഗസ്യന്ദനങ്ങൾ.
മുക്തിരണ സ്മരണ തൻ.
തീർഥമാടി – നമ്മൾ
ഒത്തുകൂടി ഇക്കുടീരകങ്ങൾതോറും
രക്തപുഷ്പമാല ചാർത്തി
നൃത്തമാടാം – മന്നിൽ
പുത്തനൊരു ജീവിതത്തിൽ ശക്തിനേടാം

കുമ്മി – രാഗം – ഊശാനി
താളം – പഞ്ചാരി

മാനിനി മാരണി മൗലിമാലേ
ബാലേ വിനോദ വിലാസശീലേ
പാലൊളി തൂകി – മലരണി–
ക്കാടുകൾ പുൽകി
കതിരണിപ്പാടം തഴുകി
മലനാടിൻ പുഞ്ചിരിയിൽ – തഞ്ചുന്നൊരു
മഞ്ജിമയിൽ കളിയാടി
കന്നിനിലാവു വന്നുമ്മ വച്ചു – കണി
ക്കൊന്നകൾ നാണിച്ചു – കണ്ണടച്ചു
വീരപുളകമണിഞ്ഞുണർന്നു
പേരെഴും കേരളം മോദമാർന്നു
മാലോകർ കൂടി – ഒരു നവജീവിതം തേടി
രണമാടി – നാടിതുനേടി
നമുക്കൊത്തു മേളിച്ചു – വിരാജിച്ചൊരു
ചേണുറ്റ വിധാനത്തിൽ
ഓമൽക്കിനാവുകൾ നെയ്തെടുക്കാം – എന്നും
നീടുറ്റ നന്മകൾ കൊയ്തെടുക്കാം.
രംഗം 2
രാഗം – കല്യാണി
താളം – ചെമ്പട

കേന്ദ്രം :
ഭണ്ഡാഗാരം മുടിക്കു–
ന്നതിലതി വിരുതൻ

പദ്ധതിക്കുള്ള സമ്പ–
ത്തെമ്പാടും കുംഭകോണ–
പ്പണികളിൽ മുഴുകി
സ്വന്ത വർഗത്തിനേകും
അന്താരാഷ്ട്രീയ ചിന്താ–
ഗതിയിലിവനമേ–
രിക്ക തന്നൊറ്റുകാരൻ
വമ്പാളും കേന്ദ്ര രക്ഷാ
വരനുമൊരു ദിനം
ഊട്ടിയിൽ ചെന്നു പാർത്തു

കേരളം :
രാഗം – ഖണ്ഡാരം
താളം – ചെമ്പട

നേട്ടം നോക്കി പ്രമുഖ–
പദവിക്കായി നിത്യം കലമ്പി
ക്കൂട്ടം കുത്തി കൊടിയ കലഹം
കൂട്ടുമിക്കേരളത്തിൽ
കെപ്പീസീസി പ്രമുഖനതുനാൾ
ഊട്ടിയിൽ കാത്തു വാഴും
കേന്ദ്രത്തോടങ്ങിതു വിധം
ഉണർത്തീടിനാൻ ആർത്തശോകം

പദം
അനുപമഗുണവാരിധേ
സമസ്തേ – പദം

ജനഭരണ നിപുണാ
വിശാല ഭാരത വിധായകാ
ഈ വിധം വന്നല്ലോ വിനാശം
കമ്യൂണിസത്താൽ – ജീവാഭിമാനധനനാശം
രണ്ടുകൊല്ലമായ് – കേരളമാകെ
അതിവിവശം – എന്നുമാറുമെ–
ന്നാശയ്ക്കുമില്ലവകാശം
ധിക്കാരത്തോടെ ഉറച്ചുമദമൊടു ഭരിക്കയും
മുറയ്ക്കു ബില്ലുകൾ ചമയ്ക്കയും
എതിർത്തു ഞങ്ങളെന്നിരിക്കിലും
ഇളക്കമില്ലൊരു വിധത്തിലും
                    – അനുപമഗുണ........

കേന്ദ്രം:
പദം – രാഗം – ധനാശി
താളം – ചെമ്പട

പഴുതേപരിദേവനം – ആരാലിദം
പഴുതേ പരിദേവനം
നാശങ്ങൾ വളരുന്നിതെങ്ങും – ഒരു
നാളും ഇല്ലാ സൈ്വര്യമേതും
അഭിമാനം – പുലരാനും
വഴികാണുന്നതുമില്ലതാനും
ഏതൊന്നാകിലും – സമാധാനം
ചേതസ്സിനില്ല നൂനം
അനിചാര്യം ചിലകാര്യം
കരണീയം അതു ഞായം
നിന്നെക്കൊണ്ടില്ലൊരു വിധത്തിലും
ഇവനു സ്വസ്ഥത – പഴുതേ പരിദേവനം

കേരളം:
രാഗം – മുഖാരി
താളം – ചെമ്പട

ആരുമില്ലടിയനു സഹായം
നീയൊഴിഞ്ഞു മറ്റാരാ–
ണെനിക്കൊരഭയം
ഉള്ളം കനിഞ്ഞു പാലനം ചെയ്ക സദയം
കൈവെടിഞ്ഞെന്നാൽ–
എനിക്കു കഴിവില്ലെന്നിരിക്കിലും
മടിച്ചു നിങ്ങളുമിങ്ങിരിക്കിലോ
അടുത്ത തിരഞ്ഞെടുപ്പടുത്തിടും
അവർ പിടിച്ചുകേന്ദ്രവും അടക്കിടും.

കേന്ദ്രം :
രാഗം – മധ്യമാവതി
താളം – തൃപുട

നേതൃത്വപദം മോഹിച്ചെന്നും
അവിരാമം നിങ്ങൾ തമ്മിൽ തല്ലും.
അതിമോഹം – നരനേലുന്നതു
നാശത്തിനു വഴിയൊരുക്കും
കേട്ടാൽ തോന്നിടും സഹതാപം

എത്രയും നിൻ വിലാപം
മതി ഖേദം – വരുമേതും
തവമോദം – നവിവാദം
സ്വയമുണർന്നിനി അതിനു മുതിരുക   (പഴുതേ...)

കേരളം
രാഗം : മോഹനം
താളം – ചെമ്പട

അഭിമതം അറിഞ്ഞീടാൻ.
സുമതേ ഞാനും അണഞ്ഞു
അലം അലം ഇതുവിധം
അടിയനോടരുതേ
അപനയം അഖിലവും
അധുനാ ക്ഷമിച്ചീടണം
മടിവെടിഞ്ഞിടപെടാൻ
അരുതേ വിളംബം

രംഗം 3
ശുദ്ധരക്തൻ
രാഗം – മധ്യമാവതി
താളം – ചെമ്പട

വർഗീയ ഭ്രാന്തിളക്കി പരിചിൽ ജനതയെ
തമ്മിലൊട്ടൊട്ടടിപ്പി–
ച്ചെപ്പോഴും കാലുമാറും കുടിലനതി ഖലൻ
മണ്ഡലക്കാരിൽ മുഖ്യൻ
ധിക്കാരംപൂണ്ടു സഭ്യേതര ഗിരമരുളാൻ
എത്രയും ദുർവിദഗ്ധൻ
ബദ്ധാടോപം വസിച്ചു നിജസദനമതിൽ
ശുദ്ധരക്തപ്രസിദ്ധൻ
വിരുദ്ധൻ
രാഗം – സൗരാഷ്ട്രം
താളം – ചെമ്പട

മായാവാദം നടത്തി പല തലമുറയെ
കണ്ണുകെട്ടിക്കറക്കീ
ഗൂഢാമോദം മതത്തിൻ മറവിൽ ജനതയെ
ചൂഷണത്താൽ ഞെരുക്കി
വിരാജിക്കും വിരുദ്ധൻ ജനഹിതഭരണം

തച്ചുടയ്ക്കാനൊരുമ്പെ–
ട്ടാരാലാ ശുദ്ധരക്ത പ്രവരനൊടുണ–
ർത്തീടിനാനിഥമെല്ലാം

പദം
രാഗം – മധ്യമാവതി
താളം – ചെമ്പട

പാഴിലായി പാരിൽ – ജീവിതം ഓർത്താൽ
നീയൊഴിഞ്ഞാരും ആശ്രയമില്ലയല്ലോ സഖേ
നാടു കമ്യൂണിസം പൂണ്ടു ഭൂപരിഷ്കാരങ്ങൾ കൊണ്ടു
നാമിനിയെന്തോന്നുവേണ്ടു നീ കനിഞ്ഞുപറയേണ്ടു
സ്വർഗനാഥൻ മന്നിൽ – മർത്യരേ
ഉച്ചനീചമാം വർഗമായ്ത്തീർത്തും വ്യർഥമായ്
ആർത്തരില്ലാത്ത ലോകത്തെ
തീർക്കുവാനാർക്കധികാരം
ഓർക്കുകിൽ ദൈവനിഷേധം
ആർക്കുമേ പൊറുത്തീടാമോ

– പാഴിലായി...

ശുദ്ധരക്തൻ:
രാഗം – സൗരാഷ്ട്രം
താളം – ചെമ്പട

വന്ദനമയി മഹിതേ – ഭവാനിഹ
വന്നതു മമ സുകൃതം
അങ്ങരമനവരെ വന്നീടാനും
അങ്ങയെവിരവൊടുകണ്ടീടാനും
സംഗതി വന്നില്ലടിയൻ നിരവധി
സംഗതികളിൽ മുഴുകീടുന്നതിനാൽ

– വന്ദനമയിമഹതേ....

വിരുദ്ധൻ
രാഗം – മധ്യമാവതി
താളം – ചെമ്പട

കഷ്ടമിതുമല്ല പിന്നെയും – ബില്ലുകൊണ്ടുവന്നെൻ
ഇഷ്ടനേ – നമ്മൾക്കില്ലെന്നായ്
ഒത്തപോൽ പള്ളിക്കുടങ്ങൾ
നടത്തുവാനും അധികാരം
ഇപ്പരിഷകളെ മേലിൽ
വച്ചുപൊറുപ്പിക്കവയ്യ

–പാഴിലായി പാരിൽ

ശുദ്ധരക്തൻ
രാഗം – കേദാരഗൗളം
താളം – ചെമ്പട

മൂഢതപെരുകിയ ജനതയെ ബോധന
ധാരകളേകി വളർത്തിയെടുക്കാൻ
മുതലുമുടക്കിയൊരസ്മാദൃശരുടെ
അവകാശ വിലംഘനമീനിയമം
അനുദിനമപകടമിവരാൽ വരുമിനി
അതിനൊരുപായവുമാരായേണം
ചെമ്പന്മാരുടെ മുമ്പനതാകിയ
നമ്പൂതിരിയെ ഇറക്കണമുടനെ
ഉരഗവരനുടെ ദരീമുഖമതിലോ
പരിചൊടുചെയ്വതു ദർദുര നടനം
ഭൂസുര സൂകരം അറിയുവതെങ്ങനെ
ഭാസുര ഭാരത കേസരിമാരെ

വിരുദ്ധൻ:
രാഗം – ഷണ്മുഖപ്രിയ
താളം – ചെമ്പട

സമാഗതമായ് സമാഗതമായ്
വിമോചനസമരം സമാഗതമായ്
മഹോന്നതനേ മഹാധീരനേ
അഹോ സമുദായ പിതാമഹനേ
മറ്റാരുണ്ടെടോ മറ്റാരുണ്ടെടോ
ധിക്കാരികളിവരെ ഒതുക്കിക്കെട്ടാൻ
സദാസമയം സഹായവുമായ്
ഇതാ തരുന്നൂ പണത്തിൻപൊതികൾ

ശുദ്ധരക്തൻ
രാഗം – സാരംഗം
താളം – തൃപുട

ധൈര്യമാർന്നു ഗമിക്ക നീ സുമതേ
വിരവോടു ഞാനിഹ
ചൊൽവതഖിലവുമോർത്തു കൊണ്ടകമേ
ഭരണകൂടമിളക്കിടം പടി
പട നടത്തി ജയിച്ചു കേരള
ഭരണമിങ്ങു പിടിച്ചടക്കിടും

ഇല്ലതിന്നൊരു സംശയം
അടരിലുടമയൊടരികളടവുകൾ
നോക്കി നേർത്തിഹവരുകിലോ
ഡ്ഡുതിയവരുടെ ഉടലുവടിവൊടു
ഭസ്മമാക്കിടുമപ്പഴേ
വീരകേസരിവരനുമായ്
സമരാങ്കണത്തിലെതിർക്കിലോ
തലയോടിളക്കിയെടുത്തു കോർത്തൊരു
മാലയാക്കിടുമറിക നീ

– ധൈര്യമാർന്നു ഗമിക്ക...

രംഗം 4

ശുദ്ധരക്തൻ
രാഗം – ഭൈരവി
താളം – തൃപുട

സഖ്യം ചെയ്താർപ്പുകൂട്ടി–
തദനു പ്രതിഫലം വാങ്ങിനന്നായ് വണങ്ങി
കൽപ്പാന്താഭ്രം മുഴക്കുന്നൊരു
വികട കഠോരാരവത്തിനുതുല്യം
ദിക്കെട്ടും തട്ടി ഞെട്ടും
പടുതയൊടലറി പാഞ്ഞുചെന്നെത്തിരോഷം
പൊട്ടിച്ചോരും പുലഭ്യം
സചിവവരനൊടായ് ചൊല്ലിനാൻ ശുദ്ധരക്തൻ

മന്ത്രി
രാഗം – മുഖാരി
താളം – ചെമ്പട

മന്നിൽ ചൂഷണമറ്റ മാനവ സമൂ–
ഹത്തിന്റെ സൃഷ്ടിക്കുതാൻ
എന്നും ജീവിതമഗ്നി തുല്യമൊളിമ–
ങ്ങീടാതെയർപ്പിക്കയാൽ
ധന്യൻ വിപ്ലവധർമസംഗരമതിൽ
പാവങ്ങൾ തൻമോചന–
പ്പൊന്നിൻ തേരുതെളിച്ചിടും ജനത തൻ
നേതാവിദം ചൊല്ലിനാൻ

പദം

പൂജ്യപാദാ നമസ്കാരം
ഭാഗ്യവാരിരാശേചിരം

താവകദർശനം-പരം
ഭൂരിമോദസന്ദായകം
ആയുരാരോഗ്യ സൗഭാഗ്യാ
ഭാവുകം തേ – വാരം വാരം
ഏകനായിങ്ങു വന്നീടാൻ
ഏതുമൂലം – എന്നും ചൊൽക

ശുദ്ധരക്തൻ
രാഗം – സാരംഗം
താളം – തൃപുട

രാജ്യമിന്നിതു നിന്റെ പൈതൃകമോ
ചാടാതെ മൂഢാ
രാജിവച്ചു പുറത്തു പോകുക നീ
കണ്ടതെണ്ടിപ്പരിഷകൾക്കു
പതിച്ചു ഭൂമികൊടുത്തതും
പിന്നെ വിദ്യാഭ്യാസ, ഭൂനയ
ബില്ലിറക്കി മുടിച്ചതും
കണ്ടു കണ്ടു ക്ഷമിച്ചു ഞങ്ങൾ
മടുത്തു ചെയ്തികളൊക്കെയും
രണ്ടുപക്ഷമതില്ല നിന്നെ
ഒടുക്കിടാതെ അടങ്ങിടാ

മന്ത്രി
രാഗം – നാഥനാമക്രിയ
താളം – തൃപുട

മാനിയായ ഭവാനു ചേർന്നൊരു
ഭാഷയല്ലിതൊരിക്കലും
രാജിവയ്ക്കുകയെന്ന പ്രശ്ന–
മുദിച്ചിടുന്നതുമില്ലെടോ
ഭൂമി കർഷകനേകുവാൻ
നിയമം ചമയ്ക്കുകതന്നെയാം
നീതി പൂർവ ജനാധിപത്യ
വിധാനമെന്നു ധരിക്കണം

രംഗം 5
ദണ്ഡകം
രാഗം – ദ്വിജാവന്തി
താളം – ചെമ്പട

അത്രാന്തരേ – പടയൊരുക്കം തുടങ്ങീ
പടനേതാക്കൾ ഗുണ്ടകളടക്കം

പള്ളികളിൽ വെക്കം – ചെന്നവരൊടുക്കം
വെടി പടഹ കൊടി പരിച
കുറുവടികൾ സഹിതമവർ
കൂട്ടമണിനാദം മുഴക്കീ
മൂവർണമാർന്ന കൊടി മുമ്പിൽ പിടിച്ച പട
ഗ്രാമാന്തരം പ്രതി ഗമിച്ചു
വിളവുകൾ മുടിച്ചു – കുടിലുകൾ പൊളിച്ചു
ഖദരണിയുമവരിളകി ജനതയുടെ ജീവധനം
ആകെത്തകർത്തു പ്രവഹിച്ചു

രണ്ടാം വിളംബരമുണർത്തി പടത്തലവൻ
അമ്പേ രണത്തിനുമിറങ്ങി
തേരൊലിമകൾ പൊങ്ങി
പോർവിളി മുഴങ്ങി
അടവുകളിലതി വിരുതു
പെരുകുമൊരു ശകുനിയുടെ
ആവേശമാർന്നഥ വിളങ്ങി
അധ്യാപകന്റെ കരണത്താഞ്ഞടിച്ചു–ചില
വിദ്യാലയങ്ങളുമടച്ചു
കൊലവിളി വിളിച്ചു
തെറികൾ പറയിച്ചു
പകലിരവു തെരുവുകളിൽ മദമിളകിയാടി നവ–
ദുശ്ശാസനപ്രഭൃതിയാർത്തു

ചോരയ്ക്കു ചോര വിരി–
മാറിനു മാറ്
ഇതി വികാരാർത്തരായ് പ്രകടരോഷം
കലരുമൊരുഘോഷം
ദിശികളിലശേഷം
പടയണിയിലവർ വിശിഖ–
പരവശത ചേർത്തു – യുവ
വനിതകൾ രചിച്ചു – ഇതിഹാസം.
നൈലോണുടുത്തണിനിലാവത്തു
യക്ഷികൾ പിറക്കും പ്രതീതികളിയറ്റി
ചൂലുകൾ ചുഴറ്റി ചുവടുകൾ പയറ്റി
പൃഥു ജ്വലനു കുച പരിഖ
ദിവ്യായുധങ്ങളൊടെ
അകത്തമ്മമാരവരിറങ്ങി

മിത്രങ്ങളായ ചില പത്രങ്ങളൊക്കെ
അതിനത്യന്ത രൂക്ഷത കലർത്തി അച്ചുകൾ നിരത്തി
ശബ്ദവുമുയർത്തി

നിഖിലദിശകളിലമിത പ്രചാരണ വിധങ്ങളുടെ
കൊടിയരണഭേരികൾ മുഴക്കി.

എത്തീല കേന്ദ്രം – ഇടപെട്ടീലതോർത്തും
ഇറവെട്ടേറ്റപോലുടൽ തളർന്നു
മുറവിളി ഉയർന്നു – മുഹുരപി കരഞ്ഞു
ഒരു പഴുതുമിതിനു നഹി
ഇതി കരുതി മനമുഴറി
മാറത്തലച്ചഥ പിടഞ്ഞു
ബോധം തെളിഞ്ഞളവു നേതാവുതൻ കൊടിയ
രൂപം മനസിൽ നിഴലിച്ചു
ആശകളുദിച്ചു – ഈശനെ നിനച്ചു.
കഥകളിതുപറയുവതിനമിതതരവാൺചരയോടെ
ഡൽഹിപുരത്തിനുഗമിച്ചു.
നാഥന്റെ സന്നിധിയണഞ്ഞളവാധിപൂണ്ടു
നാനാവികാരമണപൊട്ടിയകത്തിരമ്പി
പ്രാണൻ തളർന്നു കരൾ നൊന്തുകരഞ്ഞുദീന
ദീനം കഥഞ്ചന കൊടുത്തിതു കുറ്റപത്രം

കേരളം
പദം
രാഗം – കാംബോജി
താളം – ചെമ്പട

വീരഭാരത സാരഥേ ജയ
ഭൂരികാര്യ വിശാരദാ
ഹാ വിമോചന ഘോരസംഗര
ഭൂവിൽ നിന്നു വരുന്നു ഞാൻ
ഈഷലേതുമെഴാതെ സാദരം
ആചരിച്ചു തവാജ്ഞകൾ
താമസം അരുതേ ഭവാനിനി
ഏതും അങ്ങിടപെട്ടിടാൻ

കേന്ദ്രം
രാഗം – കാദാരഗൗളം
താളം – തൃപുട

യുക്തമായ വിധത്തിലങ്ങിട
പെട്ടിടാനൊരുസംഭവം
ബുദ്ധിപൂർവകമെന്തു ചൊൽവതി–

നുണ്ടു നിന്നുടെ കൈവശം
ആഹവങ്ങൾ നടത്തണം ബത
വാഹനങ്ങൾ തകർക്കണം
രാജവീഥികൾ തോറുമാർത്തു-
മദിച്ചു ജാഥ നടത്തണം
നീതിപാലന സേനകൾക്കു
വിനാശമൊട്ടു വരുത്തണം
വീതസംശയമെത്രയും വെടി
വയ്ക്കുവാൻ വഴികൂട്ടണം

കേരളം:
രാഗം – കാംബോജി
താളം – ചെമ്പട

വീരാ വിക്രമ വാരിധേ – കേട്ടാലുമെന്റെ
ധീരോചിതപരാക്രമം
പാരാതെ ജനഹിതം
ഓരാതുള്ളവരുടെ
ഏകാധിപത്യഭരണം
പാടേ മുടിച്ചു ജയ – ഘോഷം മുഴക്കി
രണമാടിത്തകർക്കുമവരെ
ചോരപ്പുഴയൊഴുക്കി
നാടാകെ അരക്ഷിത – ബോധം വളർത്തിയുടനെ
പോരാടുമവരുടെ ജീവൻ കൊടുത്തവിടെ
വീരോടെ വെടിവെയ്പിക്കും

കേന്ദ്രം
രാഗം – പന്തുവരാളി
താളം – ചെമ്പട

ഓർക്കുകിലനുചിതമാം – തവാർഥന
കേൾക്കുകിൽ വെടിയാമോ
പഞ്ചമഹാശീലങ്ങളിരിക്കെ
കിഞ്ചനദോഷവുമുണ്ടിടപെടുകിൽ
അന്താരാഷ്ട്രതലങ്ങളിൽ – സൗഹൃദ
ബന്ധങ്ങൾക്കു മതേറ്റമനർഥം
ചെറ്റെന്നാകിലുമില്ലിടപെടുവാൻ
പറ്റിയ പഴുതുകൾ ഭരണഘടനയിൽ
അറ്റ പ്രയോഗമൊടുക്കമെടുത്തവി–
ടെത്തുമൊരിക്കൽ നിനക്കു ഗമിക്കാം

ഓർക്കിലനുചിതമാം...

രംഗം 6
കേന്ദ്രം:
രാഗം – കേദാരഗൗളം
താളം – തൃപുട

ചെറ്റും നേരിട്ടുവന്നി–
ങ്ങിടപെടുവതിനായ്
മാർഗമില്ലാമിഞ്ഞുഴന്നി–
ട്ടക്കാലം കേന്ദ്രരക്ഷാ
വരനൊരു തരുണീ–
രമ്യരൂപം ധരിച്ചാൽ
കറ്റക്കാർകൂന്തലും മാ–
മ്പിഴികളുമിളകും
ചില്ലവില്ലും വികാരം
മുറ്റും ശൃംഗാരഭാവ–
സ്മിതമൊടുമധുനാ
തത്രപ്രത്യക്ഷയായി

മന്ത്രി
രാഗം – ശങ്കരാഭരണം
താളം – ചെമ്പട

പദം

ആരെടോ ചൊൽക സുശീലേ
അംഗനമാർ മൗലി മാലികേ
സുമദലമൃദുലമാം – ആടകളും
മണികനകരചിതനവഭൂഷകളും
ഹൃദി–കരുതുകിൽ നഹി മമ പരിചയവും
ബന്ധങ്ങളെന്തിവിടെ വന്നിടുന്നതിനും
എന്നു ചൊന്നിടുക മന്ദതയെന്യേ

ലളിത
രാഗം – ഭൈരവി
താളം – ചെമ്പട

കേട്ടാലും നീ സുമതേ
എന്നുടയ വാർത്തകൾ
കൽപ്പതരു നികര ശോഭിതവും

പല സസ്യശബള മനോഹാരിതയും
കലർന്നെത്രയും പുകളെഴും കേരളവും
ഭുവിനേരിലെൻ മിഴികളാൽ നുകരാൻ ബഹു
ദൂരെ നിന്നിവിടെ വരുമൊരു തരുണി ഞാൻ
എന്നതുമല്ല–പരം ഏതുവിധം
പുലരുന്നിതു ബഹുജനജീവിതവും
തവ മംഗളകര ജനസേവനവും
അതിനെങ്ങുമിവിടരുളും സ്വാഗതവും
പരമൊന്നു കാണ്മതിനു വന്നുചേർന്നിവിടെ
എന്നറിഞ്ഞീടുക നിന്നുടെ സവിധം.

മന്ത്രി
രാഗം – കാംബോജി
താളം – തൃപുട

പദം

കളിയായി നിൻ വരവെന്നു–
കരുതാനില്ലൊരു ഞായം
കളിവാക്കിലുടനീളം കളിയാടുന്നു രാഷ്ട്രീയം
അകമേയുള്ളതു നേരെ
പറയാതെന്തിനുബാലേ
വളവും വ്യാജവുമേറും
വഴിതേടുന്നിതുപോലെ

ലളിത
രാഗം – അറാണ
താളം – ചെമ്പട

ഭരിച്ചീടുന്നൊരു നിങ്ങൾ
വരുത്തീടും ജനദ്രോഹം
പരമിങ്ങു പറഞ്ഞീടാൻ
അണുവുമില്ല സന്ദേഹം
ജനങ്ങൾക്കു ലഭിക്കേണ്ടും
ചില മൗലികാവകാശം
നിയമത്താൽ നിഷേധിക്കാൻ
എന്തു നിങ്ങൾക്കധികാരം
മുറയേറ്റമുരയ്ക്കേണ്ട – വഴിയേ രാജിവച്ചാലും

ഭരിക്കാമിങ്ങനെയെന്നു – നിനയ്ക്കേണ്ട ധരിച്ചാലും.
മന്ത്രി
രാഗം – തോടി
താളം – ചെമ്പട

ഹരിണനേർമിഴീ നിന്റെ
സ്വരവും ഭാവവുമിപ്പോൾ
ഹരിണീരൂപമാർന്നൊരു
ഹരിയെന്നു വെളിവാക്കി
അബലേ താവകമോഹം
വിഫലം നിൻ അതിമോഹം
നിയമാനുസൃതം തന്നെ
ഭരിച്ചീടുന്നിതു ഞങ്ങൾ

ലളിത
രാഗം – ബിലഹരി
താളം – തൃപുട

മുറയ്ക്കു ബില്ലുകൾ കൊണ്ടു
മുടിക്കും നിങ്ങളീ രാജ്യം
ഒടുക്കം കേന്ദ്രവും
പിടിച്ചടക്കാമെന്നിതോ ഭാവം

മന്ത്രി
രാഗം – കേദാരഗൗളം
താളം – തൃപുട

അഴൽ മൂലമുഴലുന്ന ജനതകൾക്കനുകൂലം
അരുളുന്ന ജനകീയ നിയമസംവിധാനങ്ങൾ
അനുവേലം തുടരുമ്പോൾ അതിനൊക്കെ എതിരായി
ചില സ്വാർഥമതികൾക്കങ്ങകമേ രോഷമാളുന്നു

ലളിത
രാഗം – ബേഗഡ
താളം – തൃപുട

മുറയേറെ പറയേണ്ട തുറന്നിങ്ങു പറഞ്ഞീടാം
ഇറങ്ങിപ്പോകണം നിങ്ങൾ ഇറക്കും ഞങ്ങളല്ലെങ്കിൽ
സമ്മർദം തെല്ലുമേൽക്കാ–

ഞ്ഞങ്ങടവിലകമുണർ–
ന്നാദ്യരൂപം പകർന്നും
തന്നെത്തന്നെ മറന്നും
കലികയറിയുറഞ്ഞട്ടഹാസങ്ങളോടും
വക്രം ദംഷ്ട്രങ്ങൾ കാട്ടി
കനൽ മിഴികളുരുട്ടിത്തകർ–
ത്താക്രിച്ചാൻ.
പെട്ടെന്നിക്കേരളത്തെ
ഭരണഘടനയും
ധിക്കരിച്ചാർത്തരോഷം.
രംഗം 7

നൂറ്റാണ്ടിക്കേരളത്തിൽ ദുരിതമനുഭവി–
ച്ചാർത്തരായ്, ജീവിതത്തിൽ
മാറ്റം കാണാത്ത നാനാജനതകളൊരുമി
ച്ചാറ്റുനോറ്റാശയോടെ
തോറ്റിപ്പൂജിച്ച പുത്തൻ ഭരണമതു തകർ–
ത്തിട്ടു തൻ വർഗസൗഖ്യം
നോക്കാനേൽപ്പിച്ചു ശാസിച്ചുടനടവിൽ
മറഞ്ഞീടിനാൽ കേന്ദ്രമന്നാൾ.
കേരളത്തിന്റെ ഭരണതാണ്ഡവം

ജനാധിപത്യനിഗ്രഹം നടത്തി ഐക്യകേരളം
കരാള ഭീകരാജ്ഞതൻ ഇരുട്ടിലാകെയാഴ്ത്തിയും
വിനാശ ശക്തിയൊത്തു നിന്നു സ്വാർഥപൂർത്തിനേടുവാൻ
ഖജനാകൾ മുടിച്ചു മുദ്രകുത്തിയും ജനങ്ങളെ
ഇരുട്ടറയ്ക്കകത്തടച്ചുലക്കകൊണ്ടുരുട്ടിയും
നിരത്തിലിട്ടു പട്ടിയെകണക്കടിച്ചു വീഴ്ത്തിയും
വധുക്കളെ പിടിച്ചിഴച്ചടിപ്പെടുത്തി നിർദയം
ഭുജിച്ചു കൊന്നൊടുക്കിയും ഭരിച്ചിതാനിശാചരൻ.
ആഹാ! നിഷ്ഠുര മാംസദാഹികൾ
കവർന്നീടുന്നിതെൻ ജീവനും
ഏവം ദാരുണ ദീനരോദനമുയർ–
ന്നെങ്ങും മുഴങ്ങീടവേ,
വീറാളും ജനകോടി തന്നിലുണരും
രോഷാഗ്നികത്തിജ്വലി–
ച്ചാ രക്ഷോവരനോടെതിർത്തിടുവതി–
ന്നെത്തീ വിരാട് രൂപമായ്.

ജനനായകൻ
രാഗം – കേദാരഗൗളം
താളം – ചെമ്പട

ഏകാധിപത്യത്തിലാഴ്ത്തിയീനാടിന്റെ
ജീവാഭിമാനം മുടിക്കുന്ന കശ്മലാ
ഇല്ലാ വിടില്ല വിടപ്രഭോ നിന്നെ ഞാൻ
കൊല്ലാതെയിന്നടങ്ങീടുകയില്ലെടാ

കേരളാധിപൻ

പാരിലെന്നോടു വെല്ലാമെന്നഹങ്കരി–
ച്ചാരെടാ പോർ വിളിച്ചിടുന്നതിങ്ങനെ
വീരനാമെന്നെപ്പഴിക്കുന്ന നിന്നെ ഞാൻ
മാറത്തുലക്കയുരുട്ടി ഒതുക്കുവൻ

ജനനായകൻ

ചൊല്ലാർന്നൊരി കേരളത്തിന്റെ നന്മകൾ
എല്ലാം കവർന്നെടുത്തിടുന്നു ദുർമതേ
പൊള്ളുംവിലക്കയറ്റ്റാൽ ജനങ്ങൾ തൻ
കഞ്ഞിക്കലെങ്ങളിൽ മണ്ണിട്ടിടുന്ന നീ
പെറ്റൊരീ നാടിനെ വെട്ടിപ്പകുത്തിടും
വർഗീയ ശക്തിയെ കെട്ടിപ്പുണർന്നതും
കത്തിപ്പടരും മതവികാരങ്ങളെ
തട്ടിത്തലോടി വളർത്തിയെടുത്തതും

വിശ്വവിഭൂതികൾ ഭസ്മീകരിക്കുന്ന
യുദ്ധശക്തിക്കു നാടൊറ്റിക്കൊടുത്തതും
വിസ്മരിച്ചീടുമോ നിന്നുപജാപക
വൃത്തിതൻ ബീഭത്സചിത്രങ്ങളേതുമേ

കേരളാധിപൻ

ആദർശധീരമീ രാമരാജ്യത്തിനാൽ
സോഷ്യലിസത്തിന്റെ തേർ തെളിച്ചീടവേ
ചാടിക്കയറി വഴി മുടക്കീടുകിൽ
പാരയ്ക്കടിച്ചെമലോകത്തയയ്ക്കുവാൻ.

ജനനായകൻ

അമ്മയെയും ധർമപത്നിയെയുമുള്ളിൽ
ഒന്നുപോൽ തന്നെ കരുതുന്ന ദുർമതേ
ഇല്ലാ വിടില്ലാ വിടപ്രഭോ നിന്നെ ഞാൻ

കൊല്ലാതെയിന്നടങ്ങീടുകയില്ലെടാ.
വിരാട് രൂപത്തിന്റെ പ്രഹരമേറ്റ്
കേരതു നിപരംപതിക്കുന്നു.

തിരശ്ശീല
ധനാശി
രത്തപവതി

ധനാശി

ഉത്ഥാനം ചെയ്തു നാടിൻ ദുരിതമഖിലവും
പോക്കുവാനുദ്യമിക്കും
പ്രസ്ഥാനത്തിനു തേജോമയമഹിമ
പകർന്നേകിടും ജീവനായി
പൊൽക്കാലം പൂത്ത പുത്തൻ പുലരിവരുവതി–
ന്നൊത്തു ചേർന്നെഴ്ഞമാടും
പ്രസ്ഥാനത്തിന്റെ സത്ത വിജയതു ജനതേ
നിൻ മഹാശക്തി പാരിൽ.